எழுத்தெனப்படுவது

(புதிய நோக்கில் இலக்கணம்)

பூவிதழ் உமேஷ் (1982)

தருமபுரி மாவட்டத்தில் நவலை என்ற சிற்றூரில் பிறந்தவர். அரசுப் பள்ளியில் ஆசிரியராகப் பணிபுரிகிறார். தமிழ், ஆங்கிலத்தில் கவிதைகள் எழுதுவதோடு சிறார்களுக்காகவும் எழுதுகிறார். இவருடைய கவிதைகள் ஆங்கிலம், பல்கேரியன், ஸ்பானிய மொழிகளில் மொழிபெயர்க்கப்பட்டு இதழ்களில் வந்துள்ளன/ வரவுள்ளன. மனைவி சுமதி, குழந்தைகள் பூவிதழ் சேகுவேரா, தூயநிலா ஓவியம். தற்போது மொரப்பூரில் வசிக்கிறார்.

சௌமா இலக்கிய விருது, படித்துறை இலக்கிய விருது, திருப்பூர் இலக்கிய விருது, தமிழ்நாடு முற்போக்கு கலை இலக்கியமேடை விருது ஆகிய விருதுகள் பெற்றுள்ளார்.

'தண்ணீரின் சிரிப்பு' (தமிழின் முதல் அஃபோரிச கவிதை நூல்)

'துரிஞ்சி' (2023 - எதிர் வெளியீடு)

வெயில் ஒளிந்துகொள்ளும் அழகி (2019 படி - வெளியீடு)

சதுரமான மூக்கு (2022-ஆகுதி பதிப்பகம்)

A Piece of Moonshine at Dinner (2022 - Writersgram Publication)

'எருமைக் கண் கடிகாரம்' (மலையாளத்தில் கவிதைகள்) மொழிபெயர்ப்பு P.S. மனோஜ்குமார் (Fabian books 2024)

சிறார் இலக்கியத்தில் 12 நூல்கள் எழுதியுள்ளார்.

email: *poovithalumesh@gmail.com*

எழுத்தெனப்படுவது

(புதிய நோக்கில் இலக்கணம்)

பூவிதழ் உமேஷ்

எதிர் வெளியீடு

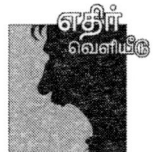

எழுத்தெனப்படுவது
(புதிய நோக்கில் இலக்கணம்)
பூவிதழ் உமேஷ்

முதல் பதிப்பு: ஜனவரி 2024

எதிர் வெளியீடு,
96, நியூ ஸ்கீம் ரோடு, பொள்ளாச்சி - 642 002
தொலைபேசி: 04259 - 226012, 99425 11302

விலை: ரூ. 150

Eluthenatatuvathu (Puthiya Nokkil Ilakkanam)
Poovithal Umesh

Copyright © Umesh
First Edition: January 2024

Published by
Ethir Veliyeedu, 96, New Scheme Road, Pollachi - 2
email: ethirveliyedu@gmail.com
www.ethirveliyeedu.com

ISBN: 978-81-19576-57-9
Cover Design: Lark Bhaskaran
Printed at Jothy Enterprises, Chennai.

All rights reserved. No part of this book may be reprinted or reproduced or utilised in any form or by any electronic, mechanical or other means, now known or hereafter invented, including Photocopying and recording, or in any information storage or retrieval system, without permission in writing from the Publisher.

எல்லாவற்றிற்கும் மேலாக
ஒரு கவிஞன்
மொழியின் மீது தீவிர காதல் கொண்டவன்

- *W.H.* ஆடன்

இந்த நூல்
மருத்துவர் முத்துநாகு அவர்களுக்கு
(சுளுந்தீ நாவலாசிரியர்)

நன்றி

தொல்காப்பியர்
சந்திரா தங்கராஜ்
கரிகாலன்
ச.துரை
இளம்பரிதி
இளங்கோ கிருஷ்ணன்
ஆண்டன்பெனி
ந.பெரியசாமி
கதிர் பாரதி
வேல்கண்ணன்
வெய்யில்
நரன்
அகரமுதல்வன்
வாசு முருகவேல்
K.C.செந்தில்குமார்
ராஜேஷ் வைரபாண்டியன்
கவிதைக்காரன் இளங்கோ
நாராயணி கண்ணகி
பெருந்தேவி
சரிதா கேசவன்
மா.நன்னன்
மலர்விழி
தேவசீமா
அம்சபிரியா
இரா.பூபாலன்
சோலை மாயவன்
சி.வெங்கடேஷ்
சுபி
குடந்தை அனிதா
சதீஷ்குமார்(மூசா)
சுசித்ரா மாறன்
அம்பிகா குமரன்
சுபிமுருகன்
அனுராதா
அன்பிற்குரிய மாணவர்கள் - ஆசிரியர்கள்

சொல் கேளீர்

நண்பர்களே!

நலமா?

நல்ல செய்தியோடு வந்திருக்கிறேன்!

“தென்றல் காற்றும் தமிழும் ஒன்றாகப் பிறந்தவை என்று குமர குருபரர் வாழ்த்தும் தமிழுக்காக இந்த நூலை எழுதியிருக்கிறேன்.

பல ஆண்டுகள் மொழி வரலாறும் இலக்கணமும் கற்பித்திருந்தாலும், பத்தாண்டுகளுக்கு முன்பு Poovithal Grammar - The Bank of Grammar Rules எழுதும்போது எதிர்காலத்தில் தமிழுக்காக இப்படி ஒரு நூல் எழுதுவேன் என்று நான் நினைக்கவில்லை, ஆனால் காலம் எனக்கொரு நல்ல வாய்ப்பை வழங்கி இருக்கிறது. இந்தப் புத்தகத்திற்கான கரு ஐந்தாண்டுகளுக்கு முன்பு உதித்தபோது மகிழ்ச்சியாக இருந்தது, ஆனால் அதை நூலாக்குவதற்கான வேலை அவ்வளவு எளிதாக முடியவில்லை. தரவுகளைச் சேகரித்துக்கொண்டே இருந்தேன். அவற்றைச் சோதித்துக் கொண்டே இருந்தேன். நண்பர்களிடம் விவாதித்துக் கொண்டே இருந்தேன். இப்போது இந்த நூல் உங்கள் கைகளுக்கு வந்து விட்டது.

தமிழில் உள்ள மயங்கொலிகளான ழலள, றர, ணனந ஆகியவற்றை எழுதும்போது எது சரியாக இருக்கும் என்ற குழப்பம் இதுவரை இருந்தது. இந்தப் புத்தகத்தால் ஏன் சரியாக இருக்கும் என்ற விவாதம் வரும் - விளக்கம் வரும் - இறுதியில் தீர்வு வரும்- தெளிவு வரும்.

மேலும், ஓரிடத்தில் வல்லினம் மிகுமா? மிகாதா? என்கிற குழப்பத்தைக் கடந்து, வல்லினம் மிகும் இடங்கள் பற்றிய சிந்தனையே இல்லாத தலைமுறை உருவாகி இருக்கும் இக்கால கட்டத்தில் அவற்றைக் கற்றுக்கொள்ள எளிமையான வழிமுறைகளை முன்வைத்து இருக்கிறேன்.

இலக்கணம் கற்பவர்கள், கற்பிப்பவர்கள் எழுத்தாளர்கள் உட்பட, இளைய தலைமுறையினர் இந்த இரண்டு வழிமுறைகளையும் நிச்சயம் வரவேற்றுப் பின்பற்றுவார்கள்.

என்னைப் பொறுத்தவரை, உலகிலுள்ள ஒவ்வொரு மொழியும் நல்ல விளையாட்டுப் பொருள். அதைக் கைக்கொண்டு விளையாடுவதால் தான் மனிதர்களிடம் நகைச்சுவையும் கேலியும் இன்பமும் துன்பமும் பிறக்கின்றன. இவற்றின் உச்ச வடிவமாகக் கவிதையும் இலக்கியமும் பிறக்கின்றன. கற்றுகொள்ளும் போது நல்ல விளையாட்டுப் பொருளாகத் தமிழ்மொழி இருக்கிறது. இதை நாம் மறந்துவிடக்கூடாது. சிறுவர்கள் *Hand Cricket* விளையாடுவது போல தமிழர்களாகிய நாம் மொழியோடு விளையாடி மகிழ வேண்டும் என்பது என் ஆசை.

எப்போதும் போல என்னுடைய எல்லா முயற்சிகளையும் வரவேற்கும் நண்பர்கள் உட்பட உலகிலுள்ள எல்லா தமிழர்களும் இந்த நூலைப் பெரிதும் விரும்புவார்கள் என்று நம்புகிறேன்.

இந்த நூலை எழுதும்போது என்னோடு உரையாடிய எழுத்தாளர்/ மருத்துவர் முத்துநாகு, இந்நூலை மேம்படுத்த உதவிய பிரியா பாஸ்கரன், தாமரை பாரதி, அமிர்தம் சூர்யா, சுகந்தி கண்ணன், சி.வெங்கடேஷ், ஹரிபிரசாத் ஆர்த்தி, வே. ஆரஞ்சு ஆகியோருக்கு நெஞ்சம் நிறைந்த நன்றியைத் தெரிவித்துக் கொள்கிறேன்.

இந்த நூலைச் சிறப்புற வெளியிடும் எதிர் வெளியீட்டிற்கும் அட்டையை வடிவமைத்து தந்திருக்கும் லார்க் பாஸ்கரன் அவர்களுக்கும், பின் அட்டைக் குறிப்பு எழுதியுள்ள மௌனன் யாத்ரிகா அவர்களுக்கும் என் மனம் நிறைந்த நன்றி.

நான் எழுதுவதற்கு ஊக்கமாகவும் ஆக்கமாகவும் இருந்து என்னை வழி நடத்தும் எனது மகன்கள் பூவிதழ் சேகுவேரா, தூயநிலா ஓவியம், மனைவி சுமதி ஆகியோருக்கும் என் பெற்றோருக்கும் என் அன்பும் நன்றியும்.

பூவிதழ் உமேஷ்

08.12.23

9865450446

poovithalumesh@gmail.com

முதல் பகுதி

மயங்கொலிகள்

நான் என் தாய்மொழியை
என் தாயின் மார்பகத்தைப் போல பற்றிக்கொள்ள வேண்டும்,
இதில் குறைகள் இருந்தாலும்
இது ஒன்றே எனக்கு உயிர் கொடுக்கும் பாலைத் தரும்...

— மகாத்மா காந்தி

1

மொழி என்பது ஒரு பண்பாட்டின் சாலை வரைபடம்
மக்கள் எங்கிருந்து வருகிறார்கள்
எங்கு செல்கிறார்கள் என்பதை
அது உங்களுக்குச் சொல்கிறது.

- ரீட்டா மே பிரவுன்

தமிழின் உயரம்
தமிழரின் உயரம்

உலகில் உள்ள ஒவ்வொரு மொழியிலும் உயிர் இருக்கிறது. அப்படி எனில் அது எங்கே இருக்கிறது? அந்த உயிர் ஒருவருடைய வாய்க்கும் மற்றொருவருடைய காதுக்கும் இடையே இருக்கிறது. காது கேளாதவருக்கும் வாய் பேசாதவருக்கும் மொழியின் உயிர் எண்ணத்தில் இருக்கிறது.

காற்றுக்கு அடுத்ததாக மனிதன் அதிகம் பயன்படுத்தும் பொருள் மொழிதான். அதற்கடுத்த நிலையிலே மற்ற பொருள்கள் இருக்கின்றன. காற்றில் ஆக்சிஜன் சில நொடிகள் இல்லாமல் போனாலும் உலகிலுள்ள எல்லா பிரமாண்டங்களும் சரிந்து வீழ்ந்துவிடும். காரணம் உலகிலுள்ள எல்லாப் பொருள்களையும் ஆக்சிஜனே பிணைத்து வைத்திருக்கிறது. இதைப் போலவே மொழி இல்லாமல் போனால் மனக் கட்டுமானங்கள் எல்லாம் அடுத்த வினாடியே சிதைந்துவிடும். எனவே மனிதர்களின் முழு முதற் பொருளாக மொழியே இருக்கிறது. அதன் பின்னே மற்ற எல்லாம். மொழியின் இத்தகைய முக்கியத்துவம் கருதியே, மொழி என்பது மூளையின் ஒரு உள்ளார்ந்த உறுப்பு (mental organ) என்கிறார் மாற்றிலக்கணத்தின் தந்தை என்று போற்றப்படும் நோம் சாம்ஸ்கி அவர்கள்.

மொழி என்பது மண்ணையும் அதில் வாழும் மக்களையும் சார்ந்து உருவாகிறது. இதனால்தான் "மொழி என்பது மரபாலும் உடன்பாட்டாலும் தோன்றியது" என்கிறார் அரிஸ்டாட்டில்.

அந்தந்த மக்களுக்குத் தேவையான சொற்களே அந்தந்த மொழிகளில் உருவாகும். அந்தச் சொற்களை எழுத தேவையான எழுத்துகள் மட்டுமே அந்த மொழிகளில் இருக்கும். அதனால் உலகின் எந்த மொழியிலும் எல்லா ஒலிகளும் இருப்பதில்லை, ஆனாலும் உலகில் தோன்றியிருக்கும் எல்லா மொழிகளும் ஏதேனும் ஒருவகையில் தனித்தன்மை வாய்ந்தவையாகவே இருக்கின்றன.

அப்படி உருவான மொழிகளுக்கு எழுதப்பட்ட இலக்கணங்கள் மொழியின் விதிகளை வரையறுப்பதில்லை, மாறாக அது வழக்கில் உள்ள விதிகளை வெளிப்படுத்துகின்றன.. புதிய மரபுக்கு வழி வகுக்கிறது. ஒரு மொழியைப் பேசும் மக்களின் பண்பாட்டை ஆராய அம்மக்களின் இலக்கண வளர்ச்சியை ஆராய்வது ஒரு முறையாக இருக்கிறது. இலக்கண வளர்ச்சியில் தமிழின் புதிய மரபு என்பது என்ன, அவற்றை எவ்வாறு கண்டுகொள்வது என்பது பற்றிய விவாதம் தமிழில் எக்காலத்திலும் நிகழ வேண்டியது அவசியம். இதில் தமிழைப் பற்றி பலவிதமான அல்லது புதுவிதமான கருத்தாக்கங்களைக் கொண்டவர்கள் கலந்துகொள்ள வேண்டும். சில ஆண்டுகளுக்கு முன்பு எழுத்தாளர் ஜெயமோகன் தமிழின் வரிவடிவத்தை விட்டுவிட்டு ஆங்கில வரிவடிவத்தை ஏற்கலாம் என்று எழுதினார். அப்போது அக்கருத்து விவாதப்பொருளாக மாறியது. அச்சு ஊடகமும் தொழில்நுட்பமும் வளர்ந்து விட்ட காலத்தில் அதற்கான சாத்தியம் இல்லை. தொழில்நுட்ப வளர்ச்சியால் இன்று இலக்கியங்களை எல்லாம் ஒரு மொழி விளையாட்டைப் போல தமிழ் பிராமியிலும் வட்டெழுத்திலும் எழுதுகிறார்கள். மறைந்துபோன எழுத்து வழக்குகளையே மீட்டு எழுதும் இக்காலத்தில், புழக்கத்தில் இருக்கும் வரிவடிவ (எழுத்து) முறையைக் கைவிடுவதற்கான சாத்தியம் இல்லை.

இலக்கண வளர்ச்சிப் பாதையில் புதிய விதிகளை உருவாக்குவதும் மரபு விதியிலிருந்து மாறுபடுவதும் தவறாகாது. சில இடங்களில் தேவையும் சூழலும் அந்த மரபு மீறலுக்குக் காரணமாக இருக்கிறது. தமிழ் இலக்கணம் நெகிழ்வுத்தன்மை உடையது. "கத்தும் குயிலோசை என் காதில் விழ வேண்டும்" என்றான் பாரதி. அவன் கூயில் கூவும் என்ற வினை மரபை மீறியதை மரபு வழுவமைதி என்று படித்து மகிழ்கிறோம்.

தொல்காப்பியம் சார்பெழுத்தை மூன்றாக வகைப்படுத்துகிறது. ஆனால் பிற்காலத்தில் தோன்றிய நன்னூல் பத்து வகை என்பதோடு, அதன் விரி தொகை 369 என்கிறது. புறத்திணைகள் ஏழு என்கிறது

தொல்காப்பியம், ஆனால் பிறகு தோன்றிய புறப்பொருள் வெண்பாமாலை பன்னிரெண்டு என்கிறது. உத்திகள் முப்பத்தியிரண்டு என்று தொல்காப்பியமும் நன்னூலும் குறிப்பிட்டாலும் அவை எவை என்று விளக்குவதில் நன்னூல் மாறுபடுகிறது.

'கோமா முன்வரின் யகரமும் குதிக்கும்' (184) என்று உடம்படுமெய் விதியில் மாற்றத்தைச் சொல்கிறது முத்துவீரியம். கோ+இல் = கோவில் என்று எழுதவேண்டும். இந்தப் பிற்கால புதிய இலக்கண விதிப்படி தான் கோயில் என்று எழுதுகிறோம். காலத்திற்கு ஏற்ப மொழியின் வளர்ச்சி நிலைகளையும் இலக்கண மாற்றங்களையும் மொழியியல் உணர்வுகளையும் உள்வாங்கியபடி பிற்கால இலக்கண நூல்கள் எழுதப்பட்டன. இப்படி தொடரும் போக்கை இலக்கண வளர்ச்சி என்கிறோம். அப்படி காலம் தீர்மானித்தவற்றைப் புறனடையாகத் தொடர்ந்து வந்த இலக்கண ஆசிரியர்கள் சேர்த்திருக்கிறார்கள்.

உலகில் உள்ள எல்லா மொழிகளிலும் ஒப்பாக்கத்தால் புதிய புதிய சொற்கள் உருவாகின்றன. இது தமிழுக்கும் பொருந்தும். புதிய மரபால் பண்டைய பழமையை முற்றிலும் அழித்துவிட முடியாது. புதியதாக உருவாகும் ஒரு முறைமை மொழியில் அழகையோ அவசியத்தையோ உருவாக்கும்போது நிலைத்துவிடுகிறது.

ஒருத்தன்– ஒருவன்: ஒருத்தி – ஒருவள்

என்னும் இணைகளில் ஒருவள் என்னும் சொல்லை உருவாக்கி பயன்படுத்தும் காலம் தூரமில்லை. இது ஒப்பாக்கத்தால் உருவான புதுவரவு ஆகும். ஆட்டுக்குட்டி, பன்றிக்குட்டி என்னும் வரிசையில் மாட்டுக் குட்டி என்னும் சொல்லை அமைப்பது ஒப்பாக்கம் என்றாலும் எடுத்த எடுப்பிலே மனத்தடை ஒன்று உருவாகிறது. தமிழில் மொழிமாற்றம் செய்யப்பட்ட புகழ்பெற்ற ரூட்யார்டு கிப்ளிங்- இன் ஜங்கில் புக் படத்தில் வரும் மோக்லி என்ற சிறுவனை மனுச குட்டி என்று கரடி சொல்வதுபோல ஒரு வசனம் வரும். இது போன்று மொழியாக்கத்தில் நடப்பது இயல்புதான், ஆனால் இவை போன்றவை நிலைப்பதைக் காலமே தீர்மானிக்கிறது. மொழியில் ஈடுபாடு உள்ளவர்களும் அறிஞர்களும் தற்கால வழக்குகளையும் பழைய வழக்குகளையும் ஒப்பிட்டு ஆராய்ந்து எழுதுகிறார்கள். எழுத்தாளர்களும் கவிஞர்களும் மறைந்துபோன சொற்களையும் வழக்குகளையும் பயன்படுத்தி எழுதி புதுமை செய்கிறார்கள்.

"மொழியைப் பற்றிய தேடல் அதில் ஈடுபடுபவர்களைத் தவிர மற்றவர்களுக்கு வீணான வேலையாகத் தோன்றும். ஆனால் ஒரு

சொல்லைப் பற்றிய புதிய கண்டுபிடிப்பு ஓர் அறிவியல் அறிஞரின் கண்டுபிடிப்புக்கு நிகரான இன்பத்தைத் தருவதாகும். நிலத்தைச் சீராக்கும் தொழிலாளிக்குத் தொல்லை தருவனவாகத் தோன்றும் கற்கள் நிலவியல் ஆராய்ச்சியாளனுக்கு வியப்பை உண்டாக்கி இன்பம் தருவதைப் போன்றது" என்று கூறுகிறார் மாக்ஸ் முல்லர்.

"ஒவ்வொரு உயிரியும் தன் உடலில் ஏற்படும் காயத்தைத் தானே குணப்படுத்திக்கொள்ளும் ஆற்றலைப் பெற்றுள்ளதைப் போல தமிழ்மொழியும் சொற்களில் (மயங்கொலி) பிழையில்லாமல் சரியான எழுத்துக்களை அமைத்துக்கொள்ளும் விதிகளைத் தனக்குள்ளே வைத்திருக்கிறது. அந்த விதிகளை நான் கண்டறிந்து தொகுத்திருக்கிறேன். இந்த விதிகளின்படிதான் சொற்களில் மயங்கொலி எழுத்துக்கள் இடம்பெறுகின்றன" இதைத் தமிழின் சொல்லாக்க அறிவியல் என்று வரையறுக்கலாம்.

என்னுடைய இந்தக் கண்டடைதல் மார்க்ஸ் முல்லர் கூறியுள்ளதைப் போல எனக்கு அதிக மகிழ்ச்சியைத் தந்தது என்று கூறினால் மிகையாகாது. "அனைத்து மொழிகளும் சில பொதுவான விதிகளை அடிப்படையாகக் கொண்டு ஓர் ஒழுங்கு முறையோடு அமைந்துள்ளன. மொழி எவ்வாறு மனிதனுடைய மனதில் உருவாகிறது என்பதுதான் மொழியின் இலக்கண விளக்கமாக அமைய வேண்டும்" என்ற இரு மாற்றிலக்கண கருத்துக்கள் எனது இந்த புதிய கருத்துக்களை முன்வைக்க உறுதுணையாக அமைந்துள்ளன.

உலகின் எல்லா மொழிகளின் சொற்களிலும் வரலாற்றுச் செய்திகளும் மருத்துவக் குறிப்புகளும் பண்பாட்டு தரவுகளும் பொதிந்து இருக்கின்றன. தமிழின் எழுத்துக்கள் பிறக்கும் வழிமுறைகள் பற்றிய இலக்கண விதிகள் உலக மொழி நூலாரையே வியப்பில் ஆழ்த்துகின்றன. இந்த இலக்கண விதிகளே தமிழின் இனிமைக்கு அடிப்படையாகும். நாம் எல்லோரும் பேசும்போது தமிழை இனிமையான மொழி என்று சொல்லுகிறோம். தமிழ் எவ்வகையில் இனிமையானது என்று உங்களைக் கேட்டால் என்ன சொல்வீர்கள்?

2

மொழி என்பது உதடுகளின் மீதுள்ள மது.

- வர்ஜீனியா உல்ஃப்

தமிழ் என்றால் இனிமையும் நீர்மையும் என்று பிங்கல நிகண்டு பொருள் தருகிறது. மதுர வாக்கியம் *(5-31-1)* மதுர ஸ்வரா" *(5-34-13)* என்பவை போன்று எட்டு இடங்களில் மதுரம் என்று தமிழைப் பெயரிட்டு வான்மீகி குறிப்பிடுவதாக செந்தமிழ் இதழில் நாராயண ஐயங்கார் கூறுகிறார். தமிழை இனிமையான மொழி என்று நாம் எல்லோரும் சொல்லுகிறோம். இன்னும் சொல்லப்போனால் மொழி ஞாயிறு தேவநேயப் பாவாணர் அவர்கள் செம்மொழிக்கான பண்புகளில் தமிழ் மொழியின் இனிமையை ஒரு பண்பாகக் குறிப்பிடுகிறார், அப்படி என்றால் தமிழ் மொழியின் இனிமை என்பது என்ன என்று கேட்டால், நம்மில் பெரும்பாலானவர்கள் என்ன சொல்வது, எப்படி விளக்குவது எனத் தெரியாமல் திகைக்கக்கூடும்.

தமிழ் பாடுவதற்கும் கவிதை இயற்றுவதற்கும் மிகவும் ஏற்ற மொழி என்று வள்ளலார் பெருமான் கூறியதும், நான் கேள்விப்பட்ட வேறு எந்த மொழியையும் விட மனதை மயக்கும் இனிமையான மந்திர இசை தமிழி இருக்கிறது என்று டேவிட் சுல்மன் கூறியதும், நுரையீரலைச் சுத்திகரிக்கும் மொழி தமிழ் என்று மறைமலையடிகள் கூறியதும் எதன் அடிப்படையில் என்று கேட்டால் மேலும் திகைக்கக்கூடும்.

தமிழ் பேசுவதற்கு எதன் அடிப்படையில் இனிமையான மொழி என்று முதலில் அறிந்து கொள்வோம். தமிழின் இனிமைக்குப் பல வகையான காரணங்கள் இருக்கின்றன. எழுத்துக்களின் தன்மை. சொற்களின் இறுதி எழுத்துக்கள், தமிழிலுள்ள குறுக்கங்கள் ஆகியவை முக்கியமானவை ஆகும்.

தமிழில் வல்லின எழுத்துக்கள் குறைவு. அவையும் பெரும்பாலும் குறுகிய ஓசை பெறுகின்றன. மெல்லின, இடையின எழுத்துக்களே

அதிகமாக இருகின்றன, அதனால் பெரும்பாலும் மென்மையும் குழைவுமான எழுத்துக்களே தமிழின் எல்லாச் சொற்களிலும் நிறைந்து காணப்படுகின்றன. இதனால் தமிழ் பேசுவதற்கு மிகவும் இனிமையாக இருக்கிறது.

தமிழ்மொழியில் இருக்கும் மிகப் பெரிய சொத்து குற்றியலுகரம் ஆகும். தமிழில் அதிகமான சொற்கள் குற்றியலுகர சொற்களாக உள்ளன. ஒரு குற்றியலுகரச் சொல்லை உச்சரிக்க அதிக முயற்சியோ ஆற்றலோ தேவைப்படுவதில்லை. மேலும் ஒரு குற்றியலுகரச் சொல்லை உச்சரித்த பிறகு அடுத்த சொல்லை உச்சரிக்க குறைந்த ஆற்றலே போதுமானது. இது பேசுபவர்களைக் களைப்படைய செய்வதில்லை.

    குற்றியலுகரம் - ஏடு, தோடு, நாடு, வீடு, காட்டு

    முற்றியலுகரம் - எடு, தொடு, நடு, விடு, கட்டு

முதலில் உள்ள குற்றியலுகரச் சொற்களில் ஒலிக்கும் டு-வின் ஒலியளவுடன் ஒப்பிடும்போது எடு, தொடு, நடு, விடு ஆகிய முற்றியலுகரச் சொற்களில் உச்சரிக்கும் டு-வின் ஒலியளவு அல்லது தனியாக டு - வை உச்சரிக்கும் ஒலியளவை விட குறைவாக அதாவது ஒரு மாத்திரை அளவில் இருந்து அரை மாத்தியாக இருக்கிறது. இந்த ஒலிக்குறைவைக் குற்றியலுகரம் என்கிறோம். நுந்தை (நும் தந்தை) என்பதுதான் சொல்லின் முதலில் வரும் ஒரே ஒரு குற்றியலுகரம் மற்ற எல்லாமே சொல்லின் இறுதியிலே வருகின்றன.

தமிழில் காணப்படும் குற்றியலுகரம் போல பண்டைய மொழிகள் பலவற்றிலும் உயிரொலிகளின் குறுக்கத்தைக் காணமுடியும். மெய்யின் மேல் பிறையிட்டு எழுதி சம்வருதோகாரம் என்று மலையாளம் குறிப்பிடுகிறது

தமிழ் மொழியில் காசு, மாசு போன்ற சொற்களில் வரும் சு ஒலிப்பது போல 'தெசு' என்ற ஜப்பானிய சொல் குறுகி ஒலிக்கப்படுகிறது. தெசு என்ற சொல்லில் வரும் ஈற்று உகரம் குற்றுகரமாக ஒலிக்கப்படும் - என்கிறார் முனைவர் இராஜேஷ்வரி செல்லையா அவர்கள்.

தவிர மற்ற உலக மொழிகளில் இத்தகையத் தன்மை குறைவு எனலாம், ஆங்கில மொழி (t r, b) ஜப்பானிய மொழி (t) போன்று சில எழுத்துக்களுக்கு உண்டாகும் ஒலிக்காத தன்மை சில சொற்களில்

மட்டும் இருக்கிறது. இந்த ஒலி குறுக்கங்கள்/வரிவடிவ அமைதிகள் ஒரு விதியாக எல்லா இடங்களிலும் வருவதில்லை.

இதே போல ஐகார ஔகார குறுக்கங்களும் குறைந்து ஒலிக்கின்றன. லை – என்ற எழுத்தைத் தனியாக ஒலிக்கும்போது இரண்டு மாத்திரை அளவில் ஒலிக்கிறது (இயல்பாக இரண்டு முறை கண் இமைக்கும் நேரம்) தலை, தலைவி என சொற்களில் இடம்பெறும் போது ஒலி குறுகி ஒரு மாத்திரை அளவு ஒலிக்கிறது.

தமிழில் மெய்யெழுத்தில் முடியாத சொற்களில் ஏறக்குறைய எழுபது சதவீதம் குற்றியலுகரம் மற்றும் குறுக்கங்களின் ஆதிக்கமே இருக்கிறது. எடுத்துகாட்டாக எண் வரிசையில் ஏழு வரிசை எண்களைத் தவிர எல்லாமே குற்றியலுகரம்தான். அன்றாட பயன்பாட்டில் உள்ள மெய் எழுத்துக்களை இறுதியாகப் பெறாத பெரும்பாலான சொற்களும் குற்றியலுகரமாகவே இருக்கின்றன.

தமிழில் தனித்து நிற்கும் சொல்லின் இறுதி எழுத்தாக வல்லின எழுத்துக்கள் வருவதில்லை, மற்ற பன்னிரெண்டு மெய் எழுத்துக்கள் இறுதியில் வரும் சொற்களை உச்சரிக்கவும் அதிக ஆற்றல் தேவைப்படுவதில்லை. மெய்யோடு ஒலித்தாலும் ஒலித்துணையாக உயிரைப் பெறுகின்றன. நாள்-› நாளு என்று ஒலிக்கிறோம். மேலும் பேச்சு வழக்கில் மெய் கெடுவதும் உண்டு, அவள் என்பது அவ, பந்தல் - › பந்த என்றும் வருகின்றன.

வல்லின மெய்யில் முடியும் மொழிகளைப் பேச அதிக ஆற்றலைச் செலவிட வேண்டி இருக்கிறது, வல்லின எழுத்துக்களில் தமிழ்ச் சொற்கள் முடிந்திருந்தால் நமது மொழி பேச கடினமானதாக மாறியிருக்கும்.

ஏக் - இந்தி: ஒன்று – தமிழ்

ஆட் - இந்தி: எட்டு – தமிழ்

இந்த நான்கு சொற்களிலும் ஏக், ஆட் என்று உச்சரிப்பதற்கும் ஒன்று எட்டு என்று உச்சரிப்பதற்குமான செலவிடும் ஆற்றல் வேறுபாட்டை நம்மால் எளிதில் உணர முடியும்.

உலக வழக்கில் இருக்கும் பெரிய மொழிகள் ஒவ்வொன்றில் இருந்தும் மக்கள் அன்றாடம் பயன்படுத்தும் ஆயிரம் சொற்களை எடுத்துக் கொண்டு அவற்றிற்குச் செலவாகும் மூச்சுக்காற்றின் அளவை மூச்சுமானி கொண்டு அளந்து பார்த்ததில் தமிழுக்குத்தான்

மிகக் குறைவாக மூச்சு செலவாகிறது என்று தமிழாய்வாளர் பா.வே. மாணிக்க நாயகர் ஆய்வில் கண்டறிந்ததாகக் கூறும் பாவாணர் தமிழில் பேசினால் நீண்ட காலம் வாழலாம் என்பதோடு இருக்கும் மொழிகளிலேயே மிகவும் அதிகமாக மூச்சு செலவழிவது சமற்கிருதத்துக்குத்தான் என்றும் அந்த ஆய்வையே மேற்கோளாகக் காட்டி பதிவு செய்துள்ளார்.

இக்காரணங்களால்தான் தமிழ் பேசுவதற்கு எளிமையாகவும் இனிமையாகவும் இருக்கிறது. அடுத்ததாகத் தமிழ்மொழி பாடல் இயற்றுவதற்கு எப்படி எளிமையாக, இனிமையாக இருக்கிறது என்று பார்ப்போம்.

அறிவியல் வளர்ச்சி அடையும்போது அடுத்தடுத்து உருவாகும் கருவிகளின் நுட்பம் கூடுகின்றன. மேலும் வன்பொருள்கள் அளவு சிறியதாகி திறன்வாய்ந்ததாக மாறுவதையும் கண்டிருக்கிறோம். இதன் அடிப்படையில்தான், ஒரு மொழி செம்மொழியாக இருப்பதைக் கணிக்க அம்மொழியில் உள்ள சொற்களின் அசை அமைப்பை ஒரு கூறாக எடுத்துக்கொள்கிறார்கள். ஒரு மொழியில் குறைந்த அசையுடைய சொற்கள் அதிகமாக இருப்பதைச் செம்மொழிக்கான தகுதிகளில் ஒன்று என்றும் கருதுகிறார்கள்.

தமிழில் உள்ள சொற்கள் பெரும்பாலும் ஒன்று அல்லது இரண்டு அசை கொண்ட சிறிய சொற்களாகவே இருக்கின்றன. சங்க இலக்கியமான பதினெண் மேற்கணக்கு நூல்களும், அற இலக்கியங்களான திருக்குறள் உள்ளிட்ட கீழ்க்கணக்கு நூல்களும் ஆசிரியப்பாவிலும் வெண்பாவிலும் அமைந்திருக்கின்றன. இந்தப் பாடல்களை எழுத பெரும்பாலும் சிறிய சொற்களே (ஈரசைச் சொற்கள் - இயற்சீர்) பயன்படுகின்றன. ஒலி நீட்டம் (அளபு) தேவைப்பட்டால், பாடலில் அசையில் உள்ள ஒற்றெழுத்தாக இருந்தாலும் நீண்டு ஒலிக்கும் பழைய வழக்கத்தை முன்னோர் கூறி இருப்பதாகத் தொல்காப்பியர் கூறுகிறார். இந்தப் பண்பின் காரணமாகவே செய்யுள் அல்லது பாடல் இயற்ற ஏற்ற இனிய மொழி தமிழ் என்று வள்ளலார் கூறியிருக்கிறார். இந்தப் பண்பே தமிழின் இசைத் தன்மைக்குக் காரணமாக அமைந்துள்ளது.

இத்தகைய இசைத் தன்மை கருதியே தமிழில் நூறு வண்ணங்கள் இருப்பதைத் தொல்காப்பியம் கூறுகிறது. “வண்ணம் என்பது சந்த வேறுபாடு” என்கிறார் தொல்காப்பிய உரையாசிரியர்களில் ஒருவரான பேராசிரியர். வண்ணம் என்றால் இசைப்பாட்டு என்று

பொருள். பாடலில் வரும் எழுத்து, சொல், தொடை, ஓசை, நடை ஆகிய ஐந்தின் அடிப்படையில் வண்ணங்கள் பெயர் பெறுகின்றன. வல்லின எழுத்துக்கள் மிகுதியாக வந்தால் வல்லிசை வண்ணம். இதேபோல மற்ற வண்ணங்களும் தத்தம் எழுத்தால் ஒலிக்கும் இயல்பால் பெயர் பெறும். கம்பர் தொன்னூற்றாறு வண்ணங்களைப் பாடியுள்ளார். புகழ்பெற்ற "பஞ்சியொளிர் விஞ்சிகுளிர்..." என்ற கம்பராமாயணப் பாடல் மெல்லின எழுத்துக்களில் அமைந்த மெல்லிசை வண்ணப் பாடலாகும். வண்ணங்களுக்கு என்று வண்ணச்சரபம் தண்டபாணி அடிகள் தனி இலக்கணம் வகுத்துள்ளார். இவரே தமிழுக்கு ஆறாவது இலக்கணமாக புலமை இலக்கணம் எழுதியுள்ளார்.

செய்யுளில் அமைந்திருக்கும் சந்த அமைப்பு இனிமையைக் கூட்டுவதைப் போல சொல் உருவாகக் காரணமான ஒலிகளும் வியப்பை ஏற்படுத்துகின்றன. இதைத் தமிழின் சொல்லாக்க அறிவியல் என்று சொல்லலாம். புறத்தே இருக்கும் இந்தச் சொல்லாக்க அறிவியலை நாம் கூர்ந்து கவனித்தால், இதுவே தமிழைப் பிழை இல்லாமல் எழுத அடிப்படையாக இருக்கிறது. இதை அறிந்தபோதும், இதைப் பல்வேறு சொற்களில் ஆய்ந்து முடித்தபோதும் கிடைத்த முடிவு தந்த வியப்பிலிருந்து வெளிவர எனக்குப் பல நாள்கள் ஆனது. அது எங்கே இருந்து தொடங்கியது தெரியுமா? அது ஒரு ஆப்பிள் பழத்தின் கதை!

3

ஒருவர் ஒரு நாட்டில் வசிப்பதில்லை
மாறாக ஒரு மொழியில் வாழ்கிறார்
நம் தாய்நாடு வேறு எதுவும் இல்லை
அதுவே நம் நாடு.

- எமில் எம். சியோரன்

ஒரு மனிதன் முதுகுக்குப் பின்னால் அம்பு சொருகி வைத்திருக்கும் படமே 'அ' என்ற எழுத்து வடிவம் என்கிறார்கள். எழுத்துக்களின் வடிவங்கள் பற்றி ஆராயும் ஆராய்ச்சியாளர்கள். கற்கால மனிதனைப் போன்று அல்லது மேசையில் அமர்ந்திருக்கும் தற்கால மனிதனைப் போன்று இருக்கும் தமிழின் முதல் எழுத்தான 'அ'-வுக்கு அழகு என்று பொருள். அகரம் எல்லா எழுத்துகளிலும் கடவுள் போல நிறைந்திருக்கிறது என்கிறார் நச்சினார்க்கினியார். அதற்கு ஏற்ப கடவுள்களான சிவன், திருமால் என்ற பொருள்களும் 'அ'-வுக்கு உண்டு.

தீ என்ற சொல்லுக்கு அறிவு என்றும் பொருள். அறிவு இனிமையான தீ அல்லவா! பூ என்றால் அழகு என்றும் பொருள். இந்தச் சொற்களின் பொருள் ஆழத்தைக் கவிதையைப் போல இரசிக்கலாம். அகராதி படிப்பது மொழியை இரசிக்கும் கலை. அகராதி படிப்பதன் நீட்சியாக வேர்ச்சொற்களை அறிவதும், சொற்களின் பொருளை இரசிப்பதும் அடங்கும். பல ஆண்டுகளாகவே இந்தப் பழக்கம் எனக்கு இருக்கிறது.

சில ஆண்டுகளுக்கு முன்பு நண்பர்களோடு பேசும்போது நம் ஊரில் ஆப்பிள் பழம் ஏன் இவ்வளவு புகழ்பெற்று இருக்கிறது என்ற கேள்வி வந்தது. நம் ஊர் கொய்யாப் பழத்தில் உள்ள சத்துக்களின் அளவு ஆப்பிள் பழத்தைவிட அதிகம் என்றெல்லாம் உரையாடல் பல கருத்துக்களோடு நீண்டது. அதன் தொடர்ச்சியாகப் பழம் என்ற சொல் என் மனதில் உருண்டது. பிறகு பழம் என்ற சொல்லில் உள்ள எழுத்துக்களைப் பற்றி சிந்திக்க ஆரம்பித்தேன். பழம் என்ற

சொல்லை உச்சரிக்கும் போது அதில் உள்ள எழுத்துக்களை நுட்பமாக நீங்களும் கவனித்துப் பாருங்கள். ஓர் உண்மை புரியும்..

- ப -என்ற எழுத்தை உச்சரிக்கும் போது பழத்தைத் தின்பதற்கு வாயைத் திறப்பது போன்ற செயலை ஒத்திருக்கிறது.
- அடுத்ததாக ழகரத்தை உச்சரிக்கும் போது பழத்தைச் சுவைப்பதற்கான செயலில் நாக்குடன் சேர்ந்து வாய் ஈடுபடுவது போன்ற செயலை ஒத்திருக்கிறது.
- இறுதியாக ம் என்ற எழுத்தை உச்சரிக்கும் போது பழத்தைச் சுவைத்து விழுங்குவதற்கு வாயும் தொண்டையும் செயல்படுவது போல இருக்கிறது.

இந்த எடுத்துக்காட்டில் பழம் என்ற சொல்லாக்கத்தில் அதிசயத்தக்க எழுத்து வரிசை முறை இருக்கிறது. இது எனக்குப் பெரிய வியப்பை ஏற்படுத்தியது. சொற்களின் அமைப்பை ஆராய்வதை உருபனியல் *(morphology)* என்பார்கள். அதை ஒட்டியே சொற்களின் எழுத்து வைப்புமுறைகள் குறித்து சிந்திக்கத் தொடங்கினேன். தமிழ் மொழி தனது சொற்களில் பிழையின்றி நிற்கும் தன்மையை எந்தெந்த காரணங்களின் அடிப்படையில் அமைத்துக் கொண்டுள்ளது என்பதைக் கண்டறிந்து தொகுத்தேன்.

இது தமிழின் தனிச்சிறப்பு. இந்த நுட்பம் தமிழ்ச் சொற்களில் எவ்வாறு இயங்குகிறது என்று ஆராய்ந்த பிறகு இதுகுறித்து என் நண்பர்களிடம் உரையாடினேன். அவர்கள் மிகவும் மகிழ்ச்சி அடைந்தார்கள். அப்படி என்னதான் நான் புதியதாக அறிந்தேன் என்பதை அறிய ஆவலாக இருப்பீர்கள். சரி வாங்க! அதை அறிந்துகொள்வோம்!

4

மொழி என்பது மனித மனதின் ஆயுதக் களஞ்சியம்
அது கடந்த காலத்தின் வெற்றி கோப்பைகளையும்
எதிர்கால வெற்றிகளுக்கான கருவிகளையும்
ஒரே சமயத்தில் வைத்துள்ளது.

- சாமுவேல் டெய்லர் கோல்ரிட்ஜ்

உலகில் உள்ள எல்லா மொழிகளுக்கும் அவற்றின் தோற்றம் பற்றிய கதைகள் உண்டு. தமிழுக்கும் அப்படியான கதைகள் உண்டு. அது பழங்குடித் தன்மையின் அடையாளம். அந்தோணி வாலஸ் தொகுத்துக் கூறும் பதிமூன்று வகையான தொழில் கூறுகளை விட தமிழில் அதிகமாக இருப்பதாக பக்தவச்சல பாரதி அவர்கள் கூறுகிறார். ஒரு மூல மொழியில் இருந்து புதிய மொழி கிளைத்து, தனித்து வளர்வதற்குக் காரணம் எதுவாக இருக்கும் என்று நம்மால் உறுதியாகச் சொல்லமுடியாது.

தமிழ்மொழி பல்லாயிரம் ஆண்டுகளுக்கு முன்பிருந்த ஒரு மூல மொழியில் இருந்து கிளைத்தது. அதைத் தொல்திராவிட மொழி என்கிறார்கள். கிளை மொழி உருவாகும்போது மூல மொழியில் இருக்கும் சொற்களில் சிலவோ பலவோ ஒலிப்பெயர்ச்சி அல்லது ஒலித்திரிபு அடைகின்றன. மேலும் அருகில் வழங்கும் வேறு மொழிகளின் சில சொற்களைக் கடன் பெற்று புதிய கிளை மொழிகளாக மாறுகின்றன. ஆனாலும் திராவிட மொழிகளின் அடிப்படைச் சொற்கள் (அடிச்சொற்கள்) பொதுவாகவே இருக்கின்றன. மூல மொழியில் இருந்து அதிகம் மாற்றம் அடையாத மொழியாகத் தமிழ் இன்றும் திகழ்கிறது.

ழ-கரம் திராவிட மொழிகளின் சிறந்த ஒலியனாகக் கருதப்படுகிறது. இது தமிழில் மட்டுமே சிறப்பாக ஒலிக்கிறது. மற்ற திராவிட மொழிகளில் பெரிதும் மாறிவிட்டது. இதை உச்சரிப்பது குறித்து கன்னட இலக்கண நூலான சப்தமணி தர்ப்பணம் (கி.பி.1200) கூறுகிறது. தற்போது கன்னடத்தில் இருந்த ழகரம்->ளகரமாகவும் தெலுங்கில் இந்த ழகரம் ->ட, த,ர என மூன்று ஒலிகளாகவும்

ஒலிக்கிறது. ழகர ஒலி மலையாளம், குஜராத்தி, பிரெஞ்சு, மாண்டரீன், சீனம் உட்பட்ட சில மங்கோலிய மொழிகளிலும் இருக்கிறது. ஆனால் அவற்றின் ஒலிப்பு தமிழுக்கு நிகராக இல்லை. தமிழ்ச் சொற்களைப் பொருத்தவரை ழ –கர ற -கர எழுத்துகள் இடம் பெற்றிருந்தால் அச்சொல் தமிழ்ச் சொல்லாக இருப்பதற்கு வாய்ப்பு அதிகம். ழ ற ன எ ல ஆகியவை தமிழின் சிறந்த ஒலி(யன்)களாக இருக்கின்றன.

தமிழ்ச் சொற்களில் எழுத்துக்கள் எப்படி இடம்பெற வேண்டும் என்று பல்வேறு விதிகளைத் தொல்காப்பியம் கூறுகிறது (தம்முன் தாம் வரா-ழ, ர). சொற்களில் இடம்பெறும் எழுத்துக்களையும் அச்சொற்களின் பொருளையும் ஆராய்ந்து பார்த்தால் மயங்கொலி எழுத்துக்கள் சொற்களில் இடம்பெற தனித்துவமான காரணங்கள் இருக்கின்றன.

“ஒவ்வொரு உயிரியும் தன் உடலில் ஏற்படும் காயத்தைத் தானே குணப்படுத்திக்கொள்ளும் ஆற்றலைப் பெற்றுள்ளதைப் போல தமிழ்மொழியும் சொற்களில் (மயங்கொலி) பிழையில்லாமல் சரியான எழுத்துக்களை அமைத்துக்கொள்ளும் விதிகளைத் தனக்குள்ளே வைத்திருக்கிறது. அந்த விதிகளை நான் கண்டறிந்திருக்கிறேன். இதைத் தமிழின் சொல்லாக்க/ஒலியனியல் அறிவியல் என்று வரையறுக்கலாம்.” இதன் அடிப்படையிலேதான் சொற்களை எழுத்துப் பிழையின்றி (மயங்கொலி பிழையின்றி) எழுதும் முறையை அறிந்துகொள்ள போகிறீர்கள்.

உச்சரிப்பில் சிறிதளவு மட்டுமே வேறுபாடு உள்ள ஒலிகளை மயங்கொலிகள் என்கிறோம். மயங்கொலிச் சொற்களை உச்சரிக்கும் போது ஏறத்தாழ ஒரே மாதிரி ஒலிக்கின்றன ஆனால் இவற்றிற்குப் பொருள் வேறுபாடு உண்டு. ண, ன, ந ல, ழ, ள, ர, ற ஆகிய எட்டும் மயங்கொலி எழுத்துகள் ஆகும்.

இந்த எட்டு எழுத்துகளில் நகரம் மட்டுமே சொல்லின் தொடக்கமாக வரும். றகர மெய் சொல்லின் இறுதியில் வராது. மற்றவை சொல்லுக்கு இடையிலும் இறுதியிலும் வரும். பிறமொழிச் சொற்களை எழுத தற்போது றகர ழகர எழுத்துக்களை மொழி முதலில் பயன்படுத்துகிறோம். றப்பிக், ழாக்ஃபிரெவர். இந்த எழுத்துக்களைச் சொற்களில் பயன்படுத்தும்போது ஏற்படும் பிழைகளை பின்வருமாறு பிரிக்கலாம்.

ல-கர ழ-கர ள-கர பயன்பாட்டில் ஏற்படும் பிழைகள்

ன-கர ண-கர ந-கர பயன்பாட்டில் ஏற்படும் பிழைகள்

ற-கர ர-கர பயன்பாட்டில் ஏற்படும் பிழைகள்

சரியான எழுத்துக்களை எழுதுபவர்கள் கூட இதுவரை கற்றறிந்த அனுபவத்தின் அடிப்படையிலேதான் எழுதுகிறார்களே தவிர தமிழ் மொழியின் அமைப்பு பற்றிய அறிவுத் தெளிவின் அடிப்படையில் இல்லை. நான் கூறும் வழிமுறைகள் மயங்கொலி எழுத்துக்களைச் சரியாக எழுதுவதற்கான மொழியின் அமைப்பு பற்றிய அறிவை எல்லோரிடமும் உருவாக்கும் என்று உறுதியாகக் கூறுகிறேன்.

இந்த வகையில் தமிழை மயங்கொலி பிழையின்றி எழுதும் முறைக்கு தமிழின் தனித்துவம் வாய்ந்த ழகர ணகர றகர சிறப்பு எழுத்துக்களே தலைமை ஏற்று வழி நடத்துகின்றன. இந்த மூன்று எழுத்துக்களே தமிழ் மொழியின் பண்பாட்டு/மானுட விழுமியங்களைத் தங்களது தோளில் சுமந்தபடி இருக்கின்றன. அவற்றை அறிந்துகொள்வதும் இந்த புத்தகத்தின் அடிப்படைகளில் ஒன்றாகும்.

மயங்கொலி எழுத்துக்களைப் புரிந்துகொள்வதற்கு அவற்றைச் சொற்களில் பயன்படுத்தும் அளவின் அடிப்படையில் அல்லது பொருள் தகுதியின் அடிப்படையில் மூன்றாகப் பிரித்துக்கொள்ளலாம்.

- சிறப்பு எழுத்துகள்- ழ,ண,ற
- பொது எழுத்துக்கள்- ல,ன,ர
- துணை எழுத்துக்கள்- ள, ந

இப்படி மூன்று வகையாகப் பிரிப்பதால் என்ன பயன்? பிழையின்றி எழுத இவை எந்த வகையில் உதவும் என்று அடுத்த பகுதியில் விரிவாகக் காண்போம்.

5

செத்துக் கொண்டிருந்தேன்
யாரோ என் தாய் மொழியில் பேசினார்கள்
எழுந்து கொண்டேன்.

— ரசூல் கம்ச தேவ்

எழுதப் படிக்கக் கற்றுக்கொள்வதற்கான சிறந்த மொழிகளில் தமிழும் ஒன்றாக இருக்கிறது. இதற்குக் காரணம் தமிழின் எல்லா எழுத்துக்களும் ஒலிப்பியல் தன்மை பெற்றவையாக (Phonetic Language) இருக்கின்றன. ஆங்கிலம் போன்ற மொழிகள் Unphonetic Language ஆக இருக்கின்றன. மேலும் பெரும்பாலான இந்திய மொழிகளில் இருக்கும் கூட்டு எழுத்து முறையும் தமிழில் இல்லை, இதனால் மற்ற மொழிகளை விட தமிழைப் படிக்கவும் எழுதவும் கற்றுக்கொள்வது எளிது.

சமகாலம், கடந்த காலம் எனப் புலம் பெயர்ந்த சீனர்களும், புலமே (தொடக்கத்தில்) இல்லாதபோதும் யூதர்களும் அவர்களின் மொழியுணர்வே அவர்களின் பண்பாட்டு வேருடன் அவர்களை இணைத்து வைத்திருக்க உதவும் என்று நம்பினார்கள். அவர்களுடைய மொழியை ஆங்கிலத்தின் துணையோடு இணையம் மூலமாகப் பல்வேறு இடங்களில் வாழும் அந்தந்த இன மக்களுக்குத் தொடர்ந்து கற்பித்தார்கள், வாய்ப்புகளை வழங்கினார்கள், இன்றும் கடந்த காலத்தை விட அதிக முக்கியத்துவம் தந்து கற்பிக்கிறார்கள், வாய்ப்புகளை வழங்குகிறார்கள்.

சீன மொழியில் 100 அடிப்படை சொற்கள் தெரிந்துகொண்டால் பேச முடியும். ஆங்கில மொழியில் 250 அடிப்படை சொற்கள் தெரிந்துகொண்டால் பேசமுடியும். ஹீப்ரு மொழியில் 500 சொற்கள் தெரிந்துகொண்டால் பேச முடியும். ஸ்பானிய மொழியில் 2500 சொற்கள் தெரிந்துகொண்டால் பேச முடியும். இப்படி அம்மொழிகளைக் கற்க விரும்புவோருக்கு வாய்ப்பையும் வசதியையும் ஏற்படுத்தித் தருகிறார்கள். அவர்கள் குறிப்பிடும் சொற்களைக் கொண்டு அம்மொழிகளை எளிமையாகப் பேசுவதற்குத் திட்டமிட்ட

பயிற்சிமுறைகள் எல்லாம் இருக்கின்றன. உலகெங்கும் பரவி உள்ள தாய்மொழி மறந்த தமிழர்களுக்கும் இரண்டாம் மொழியாகத் தமிழைப் பேச விரும்புவோருக்கும் தேவயான அடிப்படைச் சொற்கள் எத்தனை என்பது பற்றிய கருத்தாக்கம் இன்னும்கூட உருவாகவில்லை. தமிழை இரண்டாம் மொழியாகக் கற்றுத் தருவதற்கான சுருக்கமான கற்றல் முறை உருவாக்கப்படவில்லை.

ஆங்கிலம் கற்றுக்கொள்ள சிறந்த ஐந்து திரைப்படங்கள், சிறந்த பத்து திரைப்படங்கள் சிறந்த இலக்கிய நூல்கள் என்று வழிகாட்டும் ஏராளமான தகவல் வளங்கள் இருக்கின்றன. இவற்றை போன்று தமிழிலும் முன்மாதிரிகள் உருவாக்க வேண்டும். இதற்கு நாம் இன்னும் நெடுந்தூரம் பயணிக்க வேண்டும். அந்தப் பயணத்தின் ஒரு படியாகத் தமிழைக் கற்பவர்கள் எதிர்கொள்ளும் மயங்கொலிப் பிழை மற்றும் சந்திப்பிழை பற்றிய சிக்கல்களுக்கான தீர்வுகளை நான் எளிமையாக முன் வைக்கிறேன்.

மரபான இலக்கணத்தில் இருந்து விலகி சொற்களின் பொருண்மை (பொருளின்) அடிப்படையில் தீர்வுகளைப் புரிந்துகொள்ளப்போகிறோம். மயங்கொலிப் பிழையின்றி எழுத சிறப்பு எழுத்து விதிகள், பொது எழுத்து விதிகள், துணை எழுத்து விதிகள் என்று மூன்று வகையான விதிகளை உருவாக்கி இருக்கிறேன். அவற்றை முதலில் சுருக்கமாக அறிந்துகொள்ளலாம். பிறகு ஒவ்வொன்றைப் பற்றியும் விரிவாக அறியலாம்.

- நமது பண்பாட்டை, தனித்துவமானதை, வலியுறுத்துவதைக் குறிப்பிட <u>சிறப்பு எழுத்துக்கள்</u> (ழ,ண,ற) பயன்படுகின்றன.

- மக்கள் அதிகப்படியாகப் பயன்படுத்துவதையும் பரந்து விரிந்தவற்றையும் எண்ணிக்கை அதிகம் இருப்பதையும் குறிக்க <u>பொது எழுத்துக்கள்</u> - ல,ன,ர பயன்படுகின்றன.

- அன்றாட பேச்சில் குறைந்த அளவில் பயன்படுத்துவதையும் குறைந்த தேவை உள்ள பொருள்களையும் குறிக்க <u>துணை எழுத்துக்கள்</u> (ள, ந) பயன்படுகின்றன.

எழுத்து எனப்படுவது.... -என்று தொடங்குகிற, நமக்குக் கிடைக்கும் தமிழின் முதல் நூலான தொல்காப்பியம் தனது முதல் சொல்லைச் சிறப்பு எழுத்தை உள்வைத்தே தொடங்குகிறது. எனவே சிறப்பு எழுத்துக்களை மிகச்சரியாகப் பயன்படுத்துவற்கு சில நுட்பமான காரணங்கள் இருக்கின்றன அவற்றை இனி விரிவாகக் காணலாம்.

சிறப்பு எழுத்து விதிகள்

- நமது பண்பாட்டின் மண்ணின் அடையாளங்களை மனித விழுமியங்களை கொண்டாட்டங்களை சிறப்புகளைக் குறிப்பிடும் சொற்களில் சிறப்பு எழுத்துக்கள் வரும்.

  உழவு, தமிழ், பண், மண், விழா

- எது தனித்துவமாக ஒப்பற்றதாக இருக்கிறதோ அவற்றைக் குறிக்கும் சொற்களில் வரும்.

  மழை, களை, கண், விண்.

  குழு- தனித்துவமான காரணத்தால் அமைந்தது ஆனால் கூட்டம் காரணமின்றி திரண்டது.

  இதழ் – முகத்தில் விரும்புவது, பூவில் விரும்புவது. இதல்- காடை கவுதாரி ஆகிய பறவைகளைக் குறிக்கும். இதள்- பாதரசம் குறைவாக இருக்கும் பொருள், மருந்தாக / குறைவாகப் பயன்படும் பொருள்

- எதை அழுத்தம் திருத்தமாக வலியுறுத்தி சொல்ல விரும்புகிறோமோ அதை வெளிப்படுத்தும் சொற்களில் வரும்.

  கூறு, பிழை, நுழை, நுண்

- எளிமையானதில் இருந்து உருவாகும் நுண்பொருளும், நுட்பமான செயல்களும் செயல்களால் விளையும் பொருள்களைக் குறிக்கும் சொற்களில் வரும்.

  பஞ்சிலிருந்து உருவாகும் நூலிழை.

  சீரான ஒலியில் இருந்து உருவாகும் (இசை) நிறம் அல்லது பண்.

  கல்லில் இருந்து உருவாகும் சிற்பம்.

சில சொற்களில் சிறப்பு எழுத்துக்கள் இடம் பெறாமலும் போகலாம் அதற்குக் காரணம் அச்சொல்லுக்கு மாற்றாக ஒரு சிறப்பு எழுத்து இடம்பெற்ற இன்னொரு சொல் இருக்கும். அச்சொல் பொருள் உணர்த்தும் பாங்கில் நுட்பமாக அல்லது தனித்துவமாக இருக்கும். அவற்றுள் சிலவற்றை நாம் ஆராய்ந்து பார்க்கலாம்.

அமிழ்தம் - இனிப்பு

மறம்- வீரம்

காற்று- வளி

ஆகிய சொற்களை ஆராய்வோம்.

அமிழ்தம் - என்பது இனிமையான பொருளாகக் குறிப்பிடப்படுகிறது. உன்னதமான சுவையை அமிழ்த்து வைத்திருக்கும் காரணப் பெயர் இதுவாகும். இனிப்பு பொதுப்பெயர் என்ற காரணத்தினால் சொல்லில் சிறப்பு எழுத்து இல்லை. (அமிர்தம் - வடமொழிச்சொல்).

மறம் என்பது வெளிப்படையாகவே தமிழ் பண்பாட்டிற்கான சொல்லாகத் தெரிகிறது. இது உடல் வலிமையை மட்டும் குறிக்காமல் அதனுள்ளே அற உணர்வை உள்ளீடாகப் பொதித்து வைத்துள்ளது. மறம் என்ற தமிழ்ச் சொல்லில் தீரம், வீரம், சினம், சீற்றம், வலிமை, ஆற்றல், வெற்றி, அமர், அழித்தல், கொல்லல் என பத்துப் பண்புகளும் அடங்கியிருக்கின்றன என்கிறது 'ஒப்பிலக்கிய நோக்கில் சங்க காலம்' என்ற நூல், ஆனால் வீரம் என்பது பொதுவாக உடல் வலிமையை மட்டும் குறிக்கிறது. "மறுத்தல், மறுத்து நிற்றல் என்பதே மறம்" என்று உறுதியாகச் செய்யும் செயல் என்ற பொருளில் எழுத்தாளர் ஜெயமோகன் விளக்குகிறார்.

வறட்சி என்ற சொல்லில் இந்த வல்லின றகரம் வருவதால் வறட்சியின் தீவிரத் தன்மை வலியுறுத்தப்படுகிறது. வரட்சி என்று எழுதினால் ஒரு விதமான மென்மைத் தன்மை உருவாகிவிடுகிறது

இசை மனித குலம் கண்டுள்ள உன்னதமான கலைகளில் ஒன்றாகும். அதைக் குறிக்கும் சொற்கள் வண்ணம் (இசைப்பாட்டு- தொல்.) பண் , நிறம் ஆகியவற்றில் தமிழின் தனித்துவமிக்க எழுத்துக்கள் வருகின்றன ஆனால் இராகம் என்ற சொல்லில் வந்துள்ள ரகரம் இச்சொல் பிறமொழி சொல் என்பதைக் காட்டுகிறது. எனவே மேற்கண்ட கருத்துக்களின் அடிப்படையில் வெளிப்படும் சொற்களில் சிறப்பெழுத்துக்கள் கட்டாயமாக இடம்பெறவேண்டும். இதில் ஏதாவது மாற்றம் இருந்தால் அது பிறமொழிச்சொல்லாக இருப்பதற்கே வாய்ப்பு அதிகம். நுட்பத்தை, ஆழத்தை, அழகை, அறத்தை, வலியுறுத்துவதை வெளிப்படுத்த விரும்பிய மக்கள் சிறப்பு எழுத்துக்களாலான சொற்களையே உருவாக்கி இருக்கிறார்கள்.

எழுத்துக்கள் அடுத்தடுத்து கலந்து வந்தால் என்ன செய்வது என்று சில நண்பர்கள் என்னிடம் கேட்டார்கள். அப்படி வரும்போது சொல்லின் முதல் பகுதியைத்தான் கவனிக்க வேண்டும். அதை அடிச்சொல் என்கிறோம். அவ்வாறு வரும் பகுதிகளில் பெரும்பாலும், முதலில் சிறப்பு எழுத்து, அடுத்து பொது எழுத்து, இறுதியாகத் துணை எழுத்து என்ற வரிசையில் வரும். இம்மாதிரியான சூழல்களில் நமது விதிகளை ஆராய விகுதிகளைப் பொருட்படுத்த வேண்டாம், ஏனெனில் அவை பால் காட்டும் விகுதியாகவும் பன்மை விகுதிகளாகவும் பெரும்பாலும் இருக்கின்றன.

தொழி-> தொழில் -> தொழிலாளி

கழி -> கழிச்சல் -> கழிச்சல்கள்

கழு-> கழுமரம் - > கழுமரங்கள்

6

தனிப்பட்ட முறையில் இலக்கணம் என்பது
அழகை அடைய ஒரு வழி என்று நினைக்கிறேன்.

- முரியல் பார்பெரி

தமிழுக்கும் அமுதென்று பெயர் - என்பதில் தமிழுக்கு என்று ஏன் பாரதிதாசன் எழுதவில்லை தெரியுமா? மழையையும் சிறுகை அளாவிய கூழையும் திருவள்ளுவர் அமிழ்தம் என்று சொல்லிவிட்டார் என்பதால்தான். நம்மை நிறைந்த இன்பத்தில் ஆழ்த்தும் எல்லாமே அமிழ்தம். ஆகவே தமிழும் அமிழ்தம். அமிழ்தம் என்ற சொல்லை அடுக்கிச் சொல்லும்போது தமிழ் என்று ஒலிக்கும் ஒரு விளையாட்டும் உண்டு அல்லவா!

ஒரு கருவி முதன் முதலில் உருவாக்கப்பட்டதைப் போல நீண்டகாலம் நீடிப்பதில்லை. ஒவ்வொரு மொழியும் மிகப் பழமையான கருவியாகும், இதனால் காலமாற்றத்தில் பல்வேறு நுட்பங்களைப் பெற்று மாற்றம் அடைந்துள்ளது.

தமிழிலும் அப்படிப்பட்ட மாற்றங்கள் நடந்தன. குறிப்பாக வரிவடிவத்தில் தொடர்ச்சியாகப் பல்வேறு மாற்றங்களைக் கடந்துவந்துள்ளது. சற்றேறக்குறைய இருநூறு ஆண்டுகளுக்கு முன்பு அதாவது, தமிழ் நூல்கள் அச்சிடத் தொடங்கிய காலத்திற்குப் பிறகுதான் தமிழ் எழுத்துகள் இப்போது காணப்படும் நிலையான வரி வடிவங்களைப் பெற்றன. அதற்கு முன் சராசரியாக ஒவ்வொரு நூற்றாண்டிலும் இவ்வெழுத்துகளின் வரிவடிவங்கள் பல மாறுதல்களுக்கு உள்ளாகி இருக்கின்றன. கடைசியாக வீரமாமுனிவரும் தந்தை பெரியாரும் தமிழில் வரிவடிவ மாற்றங்களைச் செய்தனர். வரிவடிவங்களின் எண்ணிக்கையைக் குறைக்கும் பெரியாரின் கருத்து ஏற்கப்படவில்லை என்பதும் முக்கியமானது.

நமக்குக் கிடைத்துள்ள ஆதாரம் கிமு. மூன்றாம் நூற்றாண்டில் அசோகர் கல்வெட்டில் தொடங்குகிறது. கி.பி. 7ஆம் நூற்றாண்டின்

முற்பகுதிக்குரிய பல்லவ மன்னன் மகேந்திர வர்மனுடைய வல்லம் கல்வெட்டு பல்லவர் காலத்தில் வரிவடிவ வளர்ச்சியைக் காட்டுகிறது. முதலாம் இராசராச சோழனுடைய தஞ்சைப் பெரிய கோயில் கல்வெட்டு (கி.பி. 1011) மேல்பாடி சோழேச்வர ஆலயக் கல்வெட்டு (கி.பி 1014) ஆகியவை கல்வெட்டுக்கள், முதலாம் இராசராசன் காலத்தில் ஏறக்குறைய இன்று இருக்கும் நிலையை அடைந்ததாகச் சான்று கூறுகின்றன.

மொழி வளரும்போது காலத்திற்கு ஏற்ப நுட்பமாகப் பொருள்களை வெளிப்படுத்துவதற்காக ஒலிகளில் தேவை ஏற்பட்டது. தொல்காப்பியர் காலத்திற்கு நெடுங்காலம் முன்பே இத்தகைய மாற்றங்கள் உண்டாகி இருக்கும் எனலாம். அதனடிப்படையில் தமிழில் சிறப்பு ழ-கரமும் துணை ள - கரமும் உருவாகி இருக்கும். இவற்றை மொழி உச்சமாக வளர்ச்சியடைந்த காலம் என்று குறிப்பிடலாம்.

- பொது எழுத்து விதிகள் (ல,ன, ர)
- பரந்து விரிந்து இருப்பதைக் குறிக்கும் சொற்கள்.

  உலகம், நிலம். உலா, திரிதல், அலை நகர்வலம், பிரிதல் விலகுதல், இடப்பெயர்ச்சி போன்ற சொற்கள் வெளிப்படுத்தும் கருத்துக்கள் நெருங்கிய பொருள் தொடர்புடையன இவற்றில் பொது எழுத்துக்களே வந்துள்ளன.

- எண்ணிக்கை அடிப்படையில், அளவு அடிப்படையில் அதிகமாக இருப்பதைக் குறிக்கும் சொற்கள்.

  நீர்/புனல், வானம், பரப்பு, திடல் அதிகம் இருப்பவை

  வரகு, நெல்/அரி ,விண்மீன், கல், பல், நரம்பு எண்ணிக்கையில் அதிகம் இருப்பவை

- நிறைய உள்ளீடுகளைக் கொண்டதைக் குறிக்கும் சொற்கள்.

  உடல், வயல், இலக்கியம், செல்.

- சிறந்தவற்றில் இருந்து வரும் வழிப்பொருள்கள்

  மழையின் வழிப்பொருள் சாரல், கண்ணின் வழிப்பொருள்- பார்வை. இதழ்களின் வழிப்பொருள் சிரிப்பு

- பொதுப் பெயர்களைக் குறிக்கும் சொற்கள்.

  மரம், விலங்கு, கரை போன்ற பொதுப்பெயர்களில் வரும்.

- மக்களின் நடைமுறை வாழ்வில் அதிகம் பயன்படும் பொருள்களுக்கும், சொற்களுக்கும் பொது எழுத்துக்களே வரும்.

  ஆடல் பாடல், எழுதுதல் போன்ற அல், தல் விகுதி பெற்ற தொழிற்பெயர்கள் இத்தன்மை பெற்றவையாகும் ஆறு சுவைகளில் அதிகம் பயன்படும் இனிப்பு, காரம், துவர்ப்பு பொது எழுத்துக்களில் வருகின்றன ஆனால் புளிப்பு துணை எழுத்தோடு வருகிறது காரணம் புளி மருந்து பொருள் எனவே இதை அளவோடு பயன்படுத்த வேண்டும் என்ற காரணம் ஆகும். நமக்குக் கிடைக்கும் சுவைகளில் உவர்ப்பே அதிகமாகக் கிடைக்கின்ற சுவையாகவும், அதிக அளவு உள்ள பொருளாகவும் இருக்கின்ற காரணம் கருதியே பொது எழுத்தைப் பெற்றுள்ளது.

நிலம் நீர் காற்று மூன்றுமே மனிதனுக்கு மிக முக்கியமானவை. இவை மூன்றையும் அதிகம் பயன்படுத்துகிறோம். அப்படி இருக்கும் போது ஏன் காற்றுக்கு மட்டும் சிறப்பு எழுத்து வந்துள்ளது என்ற கேள்வி சிலருக்கு எழக்கூடும். காற்று தான் இவ்வுலகிற்கு ஆதாரம், காற்றுதான் வளிமண்டலத்தை உருவாக்கியது வளிமண்டலம் காலநிலை மாற்றத்தை உண்டாக்கியது. காலநிலை மாற்றத்தால் மழை உருவானது. காற்றின் அரித்தல் செயல் மூலமாக நிலமென்ற மண் உருவாகி அதன் வளமும் உருவாகியது காற்றுதான் எல்லாவற்றையும் பிணைத்து வைத்துள்ளது. நமக்கு காற்றே உயிர் ஆதாரம் எனவே சிறப்பு எழுத்து வந்துள்ளது.

துணை எழுத்து விதிகள் (ள, ந)

- அன்றாட வாழ்வில் குறைந்த அளவில் பயன்படுத்தும் சொற்கள், குறைந்த அளவு தேவைப்படும் பொருள்களைக் குறிக்கும் சொற்கள்.

  வாள், கள், புளி, களம், தவளம், தளுக்கு

- குறைந்த கால அளவு நீடிக்கும் நிலையில்லாத தன்மையைக் குறிக்கும் சொற்கள்.

  ஒளி, தளிர், துளிர், வெளிச்சம், களிப்பு

- மறை பொருளாக இருக்கும் பொருள்களை/செயல்களைக் குறிக்கும் சொற்கள்

களவு, உளவு, உள்ளம், பள்ளம்

- வகைகளில் ஒன்றாக இலக்கிய வழக்காக இருப்பதைக் குறிக்கும் சொற்கள்.

பவளம் -நவ மணிகளில் ஒன்று

கவளம், களிறு, வளி - இலக்கிய வழக்கு.

- மனிதர்கள் விரும்பாத பொருள்களைக் குறிப்பிட பயன்படும் சொற்கள்

கள்ளி, பிளிறு, குளிர், தளை, தவளை,

பொதுவாக மேற்கண்ட இடங்களில் துணை ளகரத்தையே பயன்படுத்துகிறோம். நகரம் மொழி முதலாகவே வருகிறது. விகுதியாக சில சொற்களில் மட்டும் வருகிறது. அது கட்டளைச் சொல்லோடு வரும் விகுதியாக இருக்கிறது.

குறைந்த அளவே இருக்கும் பொருள்கள் என்று நான் சொல்லியதும் காட்டுவெள்ளம் மழை வெள்ளம் அளவிட முடியாத அளவுக்கு அதிகமாக இருக்கிறதே என்ற ஐயம் உண்டாகும். மேலோட்டமாகப் பார்த்தால் சரியெனப்படும் ஆனால் அடுத்த விதி அதற்கு விளக்கம் அளிக்கிறது. காட்டுவெள்ளம் மழை வெள்ளம் ஆகியவை நீடிக்கும் குறைந்த கால அளவைக் கவனிக்கும்போது இவ்விதி சரியாகப் பொருந்துவதை அறியலாம்.

7

நினைவில் கொள்ளுங்கள்
ஒருவரின் உச்சரிப்பு சரியாக இருந்தால்
அவர் உங்களை விட
ஒரு மொழி அதிகமாக அறிந்திருக்கிறார் என்று பொருள்.

- சிட்னி ஷெல்டன்

ல-கர ழ-கர ள-கர- பயன்பாடு

தமிழில் மூன்று வகையான ழ ல ள மயங்கு ஒலிகள் இருந்தாலும் முதலில் தோன்றிய எழுத்து ல-கரமாகவே இருக்கும். இரண்டாவதாக உருவானது சிறப்பு ழகரமாக இருக்கும். தமிழ் நெடுங்கணக்கிலும் இந்த வரிசைமுறையிலே இம்மூன்று எழுத்துக்களும் வந்துள்ளன.

சிறப்பு ழகரம்- தவிர மற்ற இரு ஒலிகளில், பிறப்பின் அடிப்படையில் ல-என்பதை ஒற்றல் லகரம் என்று வழங்குகிறோம். ஆனால் வடிவ அடிப்படையில் குண்டு லகரம் / மேல்நோக்கு லகரம் என்கிறோம். இங்கு பயன்பாட்டு அடிப்படையில் பொது ல-கரம் என்றும். தொழிற்பெயர்களின், விகுதியாக அதிகம் வருவதால் (அல்/தல்) தொழிற் பெயர் லகரம் என்கிறோம். இம்மூன்று ஒலிகளிலும் பொது லகரமே தமிழில் பொதுவாக அதிகமாகவும் பரவலாகவும் பயன்படுத்தும் எழுத்தாக இருக்கிறது.

அடுத்ததாக ள-கரம் பிறப்பின் அடிப்படையில் வருடல் ளகரம் எனப்படுகிறது. வரிவடிவத்தின் அடிப்படையில் ஆட்டுக்குட்டி போல இருப்பதால் ஆட்டுக்குட்டி ளகரம், அல்லது சின்ன விலங்கு, கீழ்நோக்கு ளகரம் என்று கூறுகிறோம். பயன்பாட்டு அடிப்படையில் துணை ள-கரம் என்கிறோம்.பெண்பாலுக்கான விகுதியாக வருவதால் பெண்பால் ளகரம் என்கிறோம். இம்மூன்று ஒலிகளில் துணை ளகரமே தமிழில் குறைவாகப் பயன்படுத்தும் எழுத்தாக இருக்கிறது.

அதிகப்படியாக அல்லது பரந்து விரிந்து இருப்பதைக் குறிக்கும் சொற்கள், எண்ணிக்கை அடிப்படையில் அளவு அடிப்படையில்

அதிகமாக இருப்பதைக் குறிக்கும் சொற்கள், பெருகும் சாத்தியம் உள்ளவை, மக்களின் நடைமுறையில் அன்றாடம் அதிகம் பயன்படும் பொருள்கள் என இவற்றிற்கெல்லாம் பொது எழுத்தையே பயன்படுத்த வேண்டும்.

தொழிற் பெயர் விகுதிகளில் எல்லாம் பொது லகரமே வரும். பொது லகரத்தை மேலே குறிப்பிட்ட காரணங்களின் அடிப்படையில் ஆராய்ந்து பார்த்தால் அவற்றின் இயல்பு காரணமாக எப்படி சொற்களில் இடம்பெற்றுள்ளன என்பதை விளங்கிக்கொள்ள முடியும்.

பால் - இது குடிக்கும் பாலைக் குறித்தாலும், பாலினத்தைக் குறித்தாலும் அதிகப்படியான தன்மை, பரவலான பயன்பாடு காரணமாகப் பொது லகரம் வந்துள்ளது

கடல், மலை, வலை, மணல் ஆகிய சொற்கள் பரந்துவிரிந்த தன்மையைக் குறிப்பதால் பொது லகரம் வந்துள்ளது. மணலில் இருக்கும் சிறப்பு ணகரம் குறித்து கேள்வி எழலாம். மண்+அல் அதாவது மண் அல்லாதது, வளமற்றது என்பதால் மண்ணைக் குறிப்பிட சிறப்பு ணகரம் வந்துள்ளது.

விரல், எலும்பு, சில, பல இலை ஆகிய சொற்களில் எண்ணிக்கையைக் குறிக்கும் தன்மையின் அடிப்படையில் பொது லகர எழுத்தைப் பெற்றுள்ளன.

இல்லை, விலை, கலை இவை போன்ற அதிகமாகப் பயன்படுத்தும் சொற்களில் பொது லகரம் வந்துள்ளது.

நமது பண்பாட்டின் மண்ணின் அடையாளங்களை விழுமியங்களை கொண்டாட்டங்களை சிறப்புகளை வெளிப்படுத்த விரும்பிய மக்கள் எல்லா சொற்களிலும் சிறப்பு ழ-கரத்தையே பயன்படுத்தி இருக்கிறார்கள்.

எது தனித்துவமாக ஒப்பற்றதாக இருக்கிறதோ அவற்றைக் குறிக்கும் சொற்களில், எதை அழுத்தம் திருத்தமாக வலியுறுத்தி சொல்ல விரும்புகிறோமோ அதை வெளிப்படுத்தும் சொற்களில், நுட்பமான செயல்களும் செயல்களால் விளையும் பொருள்களைக் குறிக்கும் சொற்கள், போன்ற காரணங்களின் அடிப்படையில் சிறப்பு ழகரம் வரும்.

கழகம், வாழை, சிமிழ்

வாழ்த்து, ஆழம், ஏழை, மழை,

பழி, காழ், முழவு, பறழ், கூழ், தாழை,

குழல், வாழ்க வாழிய, பொழிவு

தலை - மூளை ஏன் சிறப்பெழுத்து வரவில்லை

தலை எவ்வளவு முக்கிய உறுப்பு ஏன் சிறப்பு ழகரம் வரவில்லை என்று சிலர் கேட்கலாம். தலை பல உறுப்புகளின் தொகுப்பு அதனால் வரவில்லை ஆனால் கண் அப்படியல்ல, அது எல்லாவற்றையும் காட்டுகிறது. அதனால் சிறப்பெழுத்து வந்துள்ளது. மூளை என்பதும் பல உறுப்புக்களில் ஒன்றாக உள்ளது கண்ணுக்குத் தெரியாமல் மறைந்திருப்பதற்கு துணை எழுத்தே வரும் என்ற விதி இருக்கிறது.

விழா-விலா - விளா

விழா-மனிதகுலம் கண்டுபிடித்த மகிழ்ச்சியான செயல். ஒவ்வொரு விழாவும் தனித்துவமானது, கொண்டாட்டம் நிறைந்தது. விலா என்றால் எண்ணிக்கை அதிகமுள்ள எலும்புகளைக் குறிக்கிறது அதனால், பொது லகரம் வந்துள்ளது. விளா எனில் இளமை என்பது பொருள். இளமை நிலையற்றது. மேலும் குறைவாகக் காணப்படும் விளா மரத்தைக் குறிக்கிறது.

முழவு - மணமுழா --> தமிழரின் பண்பாட்டு அடையாளத்தைக் காட்டும் இசைக்கருவி அதனால் சிறப்பு ழகரம் வந்துள்ளது. பழி, அழிவு, இழிவு, குழிவு, பிழை-இச்சொற்கள் வெளிப்படுத்தும் கருத்துக்களை அழுத்தமாக வலியுறுத்துவதால் சிறப்பு ழகரம் வந்துள்ளன.

இலை - தழை

இந்த இரண்டு சொற்களுக்கும் நுட்பமான வேறுபாடு உள்ளது. விலங்குகளுக்கு உணவாகப் பயன்படு இலைகளும் மருந்தாகப் பயன்படும் பச்சிலை மூலிகைகளும் தழை என்ற பெயரைப் பெறுகின்றன. குட்டித்தழை, தழைத்தாம்பு என்பவை மாவினங்களுக்கான உணவாகும். நம் உணவில் ஒன்றானை கீரைக் கடைசலை எங்கள் ஊரில் தழைக்கறி குழம்பு என்றும் சொல்லும் வழக்கமும் உள்ளது.

அன்றாட பேச்சில் குறைந்த அளவில் பயன்படுத்தும் சொற்களில் துணை ள-கரத்தையே பயன்படுத்துகிறோம். குறைந்த அளவைக் சுட்டிக் காட்டும் சொற்கள், திறன் குறைந்த-தன்மையைக் குறிப்பிட பயன்படும் சொற்கள், வகைகளில் ஒன்றாக இருப்பதை உணர்த்தும் சொற்கள். நிலையில்லாத தன்மையை வெளிப்படுத்தும் வகையில் இருக்கும் சொற்கள். குறைந்த தேவை உள்ள பொருள்களைக் குறிப்பிட பயன்படும் சொற்கள் ஆகியவற்றில் துணை ளகரத்தைப் பயன்படுத்த வேண்டும்.

வெளிச்சம்-ஒளி ஆகிய சொற்கள் அவற்றின் நிலையற்ற தன்மையினால் துணை ளகரத்தைப் பெற்றுள்ளன.

களவு- குறைந்த காலமே நீடிக்க வேண்டும் என்று கருதும், காதல் உறவின் ஆரம்ப நிலை என்பதாலும் களவுத்தொழில் சமூகத்தில் தவிர்க்க வேண்டும் என்ற கருத்தின் அடிப்படையிலும் துணை ளகரம் வந்துள்ளது.

குளம்-> குறுகிய அல்லது குளத்தை போல உருவாகும் இயற்கை நீர்நிலைகளான ஆறு ஏரி கடல் போன்றவற்றை ஒப்பிடும்போது குறைவான பரப்பும், குறைவான நீரும் இருப்பதால் துணை ளகரம் வந்துள்ளது.

சிறிய நீர்ப்பரப்பாக இருக்கும் போது, ஏன் கிணறு, கேணி ஆகியவற்றில் சிறப்பு எழுத்து வருகிறது? எல்லாவற்றையும் உருவாக்கத் தெரிந்த மனிதனால் வறண்ட காலத்தில் நீரை உற்பத்தி செய்ய முடியாததால் கடைசியாக வருந்தி கண்டடைந்த பொருள் கிணறு. அதை உருவாக்கத்திற்கான உழைப்பு கருதியே சிறப்பு எழுத்து பெற்றது. மேலும் ஏரி குளம் குட்டை போன்றவை வற்றிவிடுகின்றன, கிணறு, கேணி ஊற்றாகி ஊருகின்றன.

பள்ளி, வேளை

பள்ளி -> என்ற சொல்லில் துணை ளகரம் பொருந்தாதது போல தோன்றலாம். பள்ளி என்ற சொல்லின் வரலாறு அறிந்தால் குழப்பம் வராது. பள்ளி என்பது சமண முனிவர்களின் தங்குமிடமாக இருந்தது. இதனோடு பள்ளியறை என்ற சொல்லையும் நோக்குக. பிற்காலத்தில் சமணப்பள்ளிகள் சீடர்களும், மக்களும் கல்வி கற்கும் இடமாக மாறின. அதனால் காலப் போக்கில் கல்வி கற்கும் இடங்களுக்குப் பள்ளி என்ற பெயரே நிலைத்துவிட்டது. பிற்காலத்தில் உருவான கலாசாலை, கல்விச்சாலை, பாடசாலை, கல்லூரி, என்பவை எல்லாம்

தற்காலத்தில் அதிகம் பயன்படுத்துவதால் பொது எழுத்தையே பெற்று அமைந்துள்ளதும் இங்குக் கவனிக்கத்தக்கது ஆகும்.

வாளை (ஒரு வகை மீன்) ஒரு கூட்டத்தில் இருக்கும் ஒன்றை குறிப்பிட்டுச் சொல்ல துணை ளகரம் வந்தது.

துளி, துகள் (குறைந்த அளவை சுட்டிக் காட்டுகிறது)

கள்ளி (அங்கொன்றும் இங்கொன்றுமாக இருப்பது பெரிதும் விரும்பப்படாதது)

பளு (அதிக நேரம் நீடிக்கக்கூடாது)

அன்பளிப்பு (அன்பளிப்பு யார் தந்தாலும் பகிர்ந்து கொண்டாலும் வெளிப்படுத்தினாலும் ஏதேனும் ஒரு வரம்போ அளவோ நிச்சயம் இருக்கும்).

கொள்ளளவு (இது வரையறைக்கு உட்பட்டது, அல்லது வரையறையை உருவாக்குவது)

கொள்கை (இது சிற்சில என்பதை வெளிப்படுத்துகிறது)

பவளம்-பவழம் இந்த இரண்டில் எது சரி என்ற கேள்வி வரும் இல்லையா! இவற்றை இலக்கணப்போலி என்று சிலர் சொல்லலாம். பவளக் கூர்வாய் செங்கால் நாராய் -என்று சத்திமுத்த புலவர் பாடி இருக்கிறார், மணிமிடைப் பவளம் சங்க இலக்கிய வழக்கிலும் உள்ளது. சிலர் பவழத் தன்ன மேனி என்ற பழந்தொடரும் உள்ளது என வாதிடுகிறார்கள். அதனால் குழப்பம் வரும். இரண்டும் சரி என்று கூறும் கவிக்கோ ஞானச்செல்வன் போன்ற தமிழறிஞர்களும் உள்ளனர். பவளம் என்பது ஒன்பது மணிகளில் ஒன்று (உட்பிரிவு) எனவே நமது விதியின் படி துணை ளகரமே சரியானது. அதுவே பவளம் என இலக்கிய வழக்கிலும் உள்ளது.

சொற்களில் இருக்கும் எழுத்துகளுக்கு நான் விளக்கங்களைப் பொருத்திக்கொண்டது போல, இந்த இடத்தில் உங்களுக்கு ஒரு சந்தேகம் வரலாம். சரி உங்கள் விருப்பப்படி ஏற்கனவே இருக்கும் சில சொற்களில் மூன்று மயங்கு ஒலிகளையும் மாற்றி எழுதிப் பார்க்கலாம் வாங்க.

8

ஒரு மனிதனிடம் அவனுக்குப் புரியும் மொழியில் பேசினால்
அது அவன் தலைக்கு ஏறும்
அவனுடைய சொந்த மொழியில் பேசினால்
அது அவனுடைய இதயத்திற்குச் செல்லும்.

- நெல்சன் மண்டேலா

தமிழ் இலக்கணம் படிக்க படிக்க இன்பத்தை உண்டாக்குவது என்கிறார் அறிஞர் கெல்லட். இன்றைய மொழியில் அறிஞர்கள் பேணி பின்பற்றத்தக்க வழிமுறைகளைத் தொல்காப்பியம் கூறுகிறது என்கிறார் எமினோ. இவை எல்லாம் அவர்கள் ஆழ்ந்து கற்றதால் கூறிய சொற்கள். 1849 முதல் தொல்காப்பியம் முழுமையாக அச்சிடப்பட்டு வருகிறது. இது மிக நுட்பமாக, சிக்கனமாக எழுதப்பட்ட நூலாகும். தொல்காப்பியத்தில் எடுத்துக்காட்டுகள் கூறப்படவில்லை என்று ஒரு குறை சொல்லப்படுகிறது ஆனால் நுட்பமான வேலைப்பாடு போல அவர் எழுதியிருக்கும் நூற்பாக்களிலேயே எடுத்துக்காட்டுகளை எழுதி வைத்துள்ளார்

ஒரு சொல்லை நீட்டி ஒலிக்க விரும்பினால் அளபெடையாக எழுதவேண்டும் என்று கூறவந்தவர், அதை நூற்பாவிலே எஒூஉதல் என்று எழுதிக் காட்டுகிறார். அடைமொழிகளையும் பெயர்களையும் எப்படி வரிசையாக எழுதவேண்டும் என்பதற்கு வண்ண சினை முதல் என்று நூற்பாவினால் வரிசைப்படுத்துகிறார். முதல் என்பதை முதலாக எனவும் முதற்பொருள் என பொருள் கொள்ள வேண்டும். இப்படி நிறைய நூற்பாக்களை சொல்லலாம். தொல்காப்பியத்தை தொட்டுக் கூட பார்க்காத நாட்டுபுற மக்கள் தொல்காப்பிய விதிகளைப் பின்பற்றியே மரபுச்சொற்களைப் பயன்படுத்தி வருகின்றனர். தொல்காப்பியத்தை நமது மொழியின் மணிமகுடம் என வியந்து படிக்க வேண்டும்.

தொல் திராவிட மொழியில் பெண் பாலைக் குறிக்க அஃறிணை விகுதி வழங்கப்பட்டதாக மொழியியல் அறிஞர்கள் குறிப்பிடுகிறார்கள். தமிழ் பெண் பாலுக்கு உயர்திணை விகுதியைக் கொடுத்து

வளர்ச்சி பெற்றது. தொல் திராவிட மொழியின் பழைய மரபின் தொடர்ச்சியாகத் தெலுங்கில் பெண் பாலுக்கு அஃறிணை விகுதி குறைந்த வழக்காக இப்போதும் இருக்கிறது. சில ஆங்கில நூல்கள் மறுபதிப்பாகும் போது இனவேறுபாட்டைக் குறிக்கும் சொற்களை நீக்கி பதிப்பிக்கும் போக்கு தற்போது நிலவுகிறது. இதையும் தமிழின் பெண் பால் விகுதி வளர்ச்சியையும் ஒப்பிட்டால், தமிழ் மொழியின் இலக்கணப் பண்பாடும் நாகரிகமும் எப்படிப்பட்டவை என்பது புரியும்.

பழம் - பலம் - பளம்

பழம் – இதுவே ஒரு தாவரத்தில் மனிதர்கள் அதிகம் விரும்பக்கூடிய பகுதி. மற்ற தாவரப் பகுதிகளை விட பயன்மிக்க தனித்துவமான பகுதி. ஒரு தாவரத்தின் சந்ததியை உருவாக்கும் பகுதி அதனால் அதன் முக்கியத்துவம் கருதியே இங்கு சிறப்பு ழகரம் வந்துள்ளது. கனி என்பது பழத்தின் மாறுபாட்டை, அதாவது கனிந்திருக்கும் நிலையை விளக்குவதற்கான சொல்லாகும்.

பலம்- என்று கனியைக் குறிக்க எழுதினால் எண்ணிக்கை அடிப்படையில் இலைகளைப் போல எப்போதும் இருக்கிறது என்ற பொருள் வந்துவிடுகிறது. பழம் தாவரத்தின் தனித்துவமான பகுதி என்ற பண்பு வெளிப்படவில்லை. மற்ற தாவர உறுப்பு போல பத்தோடு பதினொன்றாக இருக்கும் பொத்தாம் பொதுத் தன்மை வந்துவிடுகிறது, எனவே பொது ல- கரம் பயன்படுத்தப்படுவதில்லை.

பளம்- என்று கனியைக் குறிப்பிட எழுதினால் அது குறைந்த பயன்பாடு உடையது. பெரிய தேவை ஏதுமற்றது. முக்கியத்துவம் குறைவானது. உச்சம் இல்லாதது எனவும் பொருள் தொனிக்கிறது. பல உறுப்புகள் முகத்தில் இருந்தாலும் கண் எப்படி தனித்துவமான பகுதியோ அது போல பல உறுப்புகள் தாவரங்களில் இருந்தாலும் பழமே தாவரத்தின் தனித்துவமான பகுதி அதனால் சிறப்பு ழகரம் வந்துள்ளது.

வளைவு- வலைவு- வழைவு

வளைவு, என்பது வடிவத்தில் உச்சம் பெற்றது அல்ல. இன்னும் இன்னும் வளைந்தால் வட்டமாகிவிடும். தன் பெயரை இழந்துவிடும். இச்சொல்லில் பொது ல-கரத்தைப் பயன்படுத்தி வலைவு என்று எழுதினால், அது கோணத்தைப் போல எங்கும் காணப்படுவதில்லை.

வளைவின் பயன்பாடும் மற்ற வகைமைகளைப் போல இல்லை, அதைச் சரியாக உருவாக்குவதும் கடினம் எனவே பொது ல-கரம் பொருந்துவதில்லை. வளைவு என்ற சொல்லில் சிறப்பு ழ-கரத்தைப் பயன்படுத்தினால் வழை என்று எழுத நேரும். நான் முன்பே சொன்னது போல் வளை என்பது எவ்வகையிலும் தனித்துவமானது இல்லை. அது உச்சமும் இல்லை. எனவே வளைவு என்ற சொல்லில் துணை ள-கரம் இடம் பெற்றதே சரியான எழுத்துடன் கூடிய சொல்லாக்கமுறை.

வழி - வலி - வளி

வழி- இதில் உள்ள சிறப்பு ழ-கரம் பாதை என்பது எவ்வளவு தனித்துவமானது என்பதை விளக்கும் வகையில் உள்ளது. அதை அடிச்சொல்லாகக் கொண்டு தோன்றும் பல கூட்டு சொற்களும் தனித்துவம் கொண்டவையாக உள்ளன. எடுத்துக்காட்டாக வழித்தோன்றல், வழிகாட்டி, வழித்துணை என்ற சொற்களை கவனித்துப் பாருங்கள். இதனுடைய நுட்பம் விளங்கும். வழி என்பது ஒரு நாளில் உருவாகுவதில்லை ஒருவகையில் அது வரலாற்றுச்சுவடு எனவே வழி என்பது மானுட இருப்பின் நகர்விலிருந்து உருவானது அதனால்தான் வழி-என்பதில் சிறப்பு ழகரம் பயன்படுத்தப்படுகிறது.

வலி என்பது ஓரிடத்தில் ஏற்பட்டாலும் அது உடல் முழுவதும் உணர்வலைகளாகிப் பரவக்கூடியதாக இருக்கிறது. மேலும் இது உலகின் பொது நோய்க் கூறு என்பதால் பொது லகரம் வந்துள்ளது. வளி என்பது தெரியாத ஒன்றாக இருப்பதன் காரணமாகவே துணை ளகரம் இடம்பெற்றுள்ளது. வளி - காற்றைக் குறித்தாலும் இச்சொல் மருத்துவம் சார்ந்தே அதிகம் ஆளப்பட்டுள்ளது (வளி முதலா எண்ணிய மூன்று). எழுத்து வழக்குப் பயன்பாட்டிலே பெரும்பாலும் உள்ளது. அதனால் துணை ளகரம் வந்துள்ளது.

கல் – கள் – (கழ்)

கல் அளவில்லாமல் இருக்கிறது. அதன் பயன்பாடு பரவல் அதிகப்படியாக இருக்கிறது, எனவே பொது லகரம் வந்துள்ளது. ஆனால் கள் என்பது மதுவைக் குறிக்கிறது. இது அளவாகப் பயன்படுத்த வேண்டும். கள்- தேன் என்னும் பொருளைக் குறிப்பதாக வைத்துக்கொண்டால் நமக்குக் கிடைக்கும் தேனின்

அளவு அல்லது ஒரு மலரில் இருக்கும் தேனின் அளவு மிகக்குறைவு எனவே துணை ளகரம் வந்துள்ளது.

பன்மை விகுதியில் அதிகமாக இருப்பது -கள் விகுதி, இதை அதிகமாகப் பயன்படுத்துகிறோம் ஆனால் குறைவாகப் பயன்படுத்தும் சொற்களில் துணை ளகரம் வரும் என்ற விதியை மீறுகிறதே என்று ஐயம் வரலாம். குறைந்த நேரத்தில் இனிப்பு மிகுதியாக இருப்பதாலே தேனுக்குக் கள் என்ற பெயர் வந்தது. கோடைக்கு முன் குறைந்த காலம் மிகுதியான அழகோடு இருக்கும் நீர் நிலையான பொய்கையும் கள் எனப்படும். குறைந்த நேரமே களிப்பை நீட்டிப்பதால் போதை தரும் மதுவுக்கு கள் என்ற பெயர் வந்தது. இதன் நீட்சியாகவே பன்மை என்ற உணர்வே இல்லாத விலங்குகளைக் குறிக்க சிறிது நேரமே மிகுதியாக சேர்ந்திருக்கும் என்ற பொருளில் பன்மையைச் சுட்ட கள் விகுதி வந்துள்ளது. கள் விகுதி பெருவழக்காக இல்லாமல் பன்மை வினைமுற்றுகளின் மூலம் சுட்டப்பட்டுள்ளதையும் கருத்தில் கொள்ள வேண்டும்.

தனிக் குறிலை அடுத்து ழகரமும் ரகரமும் வராது (தொல்.நூற்-49) என்ற விதிப்படி கழ் என்ற சொல்லாக்கம் நிகழவில்லை.

வால்-வாள்-வாழ்

வாழ்-என்பதிலுள்ள சிறப்பு ழகரம் வாழ்வின் சிறப்பு நோக்கி வந்துள்ளது. வால் என்பது பொதுவாக விலங்கினங்களின் உறுப்பாக உள்ளதால் பொது லகரம் வந்துள்ளது. அதேநேரத்தில் வாள் - என்பது கொலைக்கருவி அதன் தேவையும் பயன்படுத்தும் அளவும் குறைக்கப்பட வேண்டும் என்பதால் துணை ளகரம் வந்துள்ளது.

அழி – அலி – அளி

சில நேரங்களில் இந்த விதிகள் சரியாக இல்லாதது போல தோன்றும் ஆனால் அவ்வாறான சொற்களின் பொருளை ஆழ்ந்து பார்த்தால் தமிழின் நுட்பத்தை அறிந்து வியந்துபோவீர்கள். அழி என்பது அழிப்பதை அழுத்தமாக உணர்த்த வந்தது. அளி என்பது கருணை, கள், எளிமை, குளிர்ச்சி, தேன், கொடை காய் என்று பல பொருள்கள் உணர்த்துகிறது. இதன் அருஞ்சொற்கள் எல்லாமே துணை ளகர விதிக்குப் பொருந்துகிறது. கருணை என்பதில் சிறப்பு ணகரம் எப்படி வந்தது என்று கேட்கலாம்? கருணை வடசொல் ஆகும். எல்லாவற்றுக்கும் மேலாக அலி என்பது பேடியைக்

குறிக்கிறது. அலி மக்களில் குறைவுதானே என்று நான் அடிக்கடி விவாதிக்கும் நண்பர் கேட்டார். அலி என்பதற்குக் காகம், உழவுசால், குயில் போன்ற பொருள்களும் இருப்பதைச் சொன்னபோது அவர் வியந்துபோனார்.

ஆலம் - ஆழம் - ஆளம்

ஆலம்- அகன்று விரிந்த ஆலமரத்தைக் குறிக்கிறது. இடுகுறிப்பெயர்கள் பெரும்பாலும் பொது எழுத்துக்களிலே வழங்கிவருகின்றன. ஆழம் – அச்சமும் வியப்பும் தரக்கூடியது. இது நுட்பம் என்ற பொருளிலும் ஆழங்கால்பட்ட அறிவுடையவர் என வருவதும் கவனிக்கத்தக்கதாகும். ஆளம்- அளவுப்பெயராகி மலையாளம் நிலப்பகுதியைக் குறிக்கிறது. தமிழ்ச் சொற்களின் பொருள் நுட்பத்தைக் கவனிக்க கற்றுக்கொண்டால் போதும் எல்லா சொற்களையும் மயங்கொலிப் பிழையின்றி எழுதலாம்.

மனிதர்களுக்குப் பயன்படாத, தீமை விளைவிக்கும் பொருள்களுக்கும் துன்பம் தருகிற உயிரினங்களுக்கும் துணை ளகர எழுத்துக்களிலே பெயர்கள் இருக்கின்றன இதைப் பொதுவிதி என்று கருதவும் வாய்ப்பு உள்ளது தவளை, வாள், தேள், முள், பள்ளம், கள்ளம், கள், அளறு (நரகம்) களங்கம் களர், களவு, கள்ளி, குளிர், தொளி (சேறு) நாளி(வெறிநாய்) நுளம்பு (கொசு), நுள் (கிள்ளு) நொள்ளை, பிளிறு, புளுகன்(பொய்யன்).

ஒரு சொல்லுக்குப் பதிலாக வேறு சில சொற்கள் ஒரு பொருள் குறித்ததாக வரும்போது பெரும்பாலும் எழுத்துகள் மாறி வருவதில்லை. ஒரு சொல்லில் பொது எழுத்து வந்தால் அதன் அருஞ்சொல்லாக வரும் மற்ற சொற்களிலும் பொது எழுத்தாகவே வருகின்றன. அப்படி வரவில்லை எனில் நுட்பமாக பொருள் மாறுபாடு இருக்கும்.

காலம் -> நேரம் -> ல,ர

பிழை-> குற்றம் - >ழை -> ற்ற

விலங்கு-மான்-மாவினம்

மகிழ்ச்சி-களிப்பு

குழந்தை-பிள்ளை

மேற்கண்டவற்றில் இறுதியாக வந்துள்ளவை எப்படி பொருந்தும்? இப்படி மாறுபடுவதைச் (காரணத்தை) சொற்பொருள் மாற்றம் என்று மாற்றிலக்கணத்தில் சொல்கிறோம். இம்மாற்றத்தை உயர் பொருட்பேறு (Elevation) என்கிறோம். முன்பு இழிந்த பொருளைக் குறித்து வந்த சொல் இன்று உயர்ந்த பொருளில் வழங்குவதை உயர் பொருட்பேறு என்பர். முன்பு கள் குடித்து மகிழ்ந்ததையே களிப்பு என்றனர். இன்று பொதுவான மன மகிழ்ச்சியைக் குறிக்கிறது. அதேபோல பிள்ளை என்பது பழங்காலத்தில் அணிற் பிள்ளையைக் குறித்தது. இன்று மகவை உணர்த்த தொடங்கிவிட்டது. இதனாலே மாற்றுச் சொற்களில் சிறப்பு எழுத்துகள் வரவில்லை.

பலா – வாழை

முக்கனிகளில் வாழைக்கு மட்டும் ஏன் சிறப்பெழுத்து வந்துள்ளது என்ற ஐயமும் உங்களுக்கு வரும். அடி முதல் நுனி வரை முழுவதுமே தனித்துவமான பயன்மிக்க பொருள்களின் பெயர்கள் சிறப்பு எழுத்துக்களைப் பெற்ற சொற்களாக வருகின்றன. வாழை-இலை பூ, காய், கனி, தண்டு, கிழங்கு, பட்டை என எல்லாமே பயன்படுகின்றன, அதனால் சிறப்பு எழுத்தால் சிறப்பிக்கப்பட்டது. ஆனால் பலா அப்படி அல்ல. பலாப்பழம் என்பது ஒரு பூத்தொகுதியில் இருந்து உருவாகும் கூட்டுக் கனியாகும். எண்ணிக்கையற்ற அதன் சுளைகளின் காணமாக பொது எழுத்து வந்துள்ளது. மேலும் அவ்வளவு பெரிய பழத்தில் உண்பதற்கான பகுதி சிறுசிறு அலகாக இருப்பதாலே சுளை என்பதில் துணை ளகரம் வந்துள்ளது. சிறிய அளவில் இருந்தாலும் அதிக சுவையைச் "சுள்" என்று குறிப்பிடுவது வழக்கம். சிறிதளவு நாக்கில் நக்கிப் பார்க்கும்போது காரம் சுள்ளுனு உறைக்குது- என்ற வழக்கு இருப்பதையும் அறியலாம். அதை ஒட்டியே அதன் அதீத சுவைக் கருதி சுள்-> சுளை என்று காரணப் பெயராகவும் உருவாகி இருக்கலாம்.

வீட்டைச் சுற்றிலும் அதிகமாகக் காணப்பட்டாலும் வாரத்தில் ஒருவேளை மட்டும் சாப்பிட வேண்டும் என்ற குறைந்த பயன்பாடு கருதியே வேளைக்கீரை என்ற பெயர் வந்தது.

இம்மூன்று எழுத்துக்களில் சிறப்பு ழகர மெய்யை அடுத்து மற்ற மெய்களே வரும் என்பது இலக்கண விதி. அடுத்தடுத்து அதே எழுத்து வருவதாக இருந்தால் ழகரம்-தம் முன் தாம் வராது வாழ்க்கை, வாழ்த்து தாழ்த்து (வேற்றுநிலை மெய் மயக்கம்) பழ்ழி

என்பது போல வராது. பல்லி, பள்ளி. அடுத்தடுத்து அதே எழுத்து வருவது உடனிலை மெய் மயக்கம் என்கிறோம்.

தமிழ் மிகவும் தொன்மையானது என்பதைக் கடந்து தமிழில் மிக நேர்த்தியான இலக்கண வளம் இருக்கிறது. ஒவ்வொரு இலக்கணப் பகுதியும் புதிய கருத்தாக்கம் ஒன்று தோன்றி வளர இடம் தருவதாகவே இருக்கிறது. தொல்காப்பியம் மூன்று இலக்கணத்தைச் சொன்னாலும், பொருள் இலக்கணத்தில் வருகிற செய்யுளியல் யாப்பு இலக்கணத்திற்கும், உவமயியல் அணி இலக்கணத்திற்கும் அடிப்படையாக அமைந்துள்ளன. எட்டு வகை வனப்புகளுள் இருக்கும் விருந்து என்பது இன்றைய புதுக்கவிதை வளர்ச்சிக்கு வழி ஏற்படுத்தியுள்ளது. சிறப்புகளுக்கெல்லாம் சிறப்பு பெற்ற தமிழில் ழகரத்தை விட றகரம் சிறப்பு மிக்கது ஏன் என்று தெரியுமா?

9

ஒரு சொல்
ஒரு கிளையாக மாற முயற்சிக்கும்
ஒரு மொட்டு.

- காஸ்டன் பேச்லார்ட்

றகரம் ழகரத்தை விட சிறப்பு மிக்கது

உலகில் உள்ள எல்லா மொழிகளிலும் ஐ என்ற உயிரெழுத்து இருக்கிறது. அதற்கு அடுத்த நிலையில் உ என்ற உயிரெழுத்து இருக்கிறது. எந்த மொழியின் உயிரெழுத்து வரிசையில் ஒன்பதாவதாக ஐ என்னும் உயிரெழுத்து இருக்கிறதோ அம்மொழி தொன்மையும் வளமையும் நிறைந்த மொழியாக இருக்கும் என்று மொழியியல் அறிஞர்கள் கருதுகிறார்கள். தமிழின் உயிர்மெய் எழுத்துக்களில் ழ, ற என்பனவற்றின் ஒலியை மற்ற மொழிகளில் எழுதுவது கடினம் என்கிறார் பல்வேறு மொழிகளை ஆராய்ந்த அறிஞர் டென்கனோவ் அவர்கள்.

ழ-கரம் தமிழின் மேன்மைகளுள் ஒன்று என்பதை எல்லோரும் அறிவோம். இதற்குக் காரணம் சரியாக உச்சரித்துப் பாடும்போது ழகரச் சொற்கள் அழகாய் ஒலிக்கும். பெண்கள் ழகரத்தை சரியாக உச்சரித்துப் பாடினால் தங்கக் குடத்திற்குப் பொட்டு வைத்தது போல அழகுக்கே அழகு கூடும். இதனால்தான் ழகரத்தை பெண் எழுத்து என்கிறோம்.

றகரம் ழகரத்தை விடவும் சிறப்பானது. றகரங்கள் இடம்பெறும் சொற்கள் யாவுமே தமிழுக்கே உரியவை என்று உறுதியாகச் சொல்லலாம். உரையாடுவதற்கும் மேடையில் உரையாற்றுவதற்கும் றகரச் சொற்களைப் பயன்படுத்தினால் பேசுபவர்கள் கூறும் கருத்துக்கள் காத்திரமாகவும் உறுதியாக வெளிப்படுவதோடு எதிரில் இருப்பவரின் மனதில் ஆழமாகப் பதியும். இதனால்தான் றகரத்தை ஆண் எழுத்து என்கிறோம்.

வல்லின வரிசை எழுத்துகளில் மட்டுமின்றி தமிழின் மொத்த எழுத்துக்களிலுமே உச்சரிப்பின் அடிப்படையில் றகரமே தலையானது. இது சொல்லின் எந்த இடத்தில் வந்தாலும் பொட்டில் அடித்தது போல உரத்து ஒலிக்கும்.

“கற்க கசடற கற்பவை கற்றபின்
நிற்க அதற்குத் தக”

இந்தக் குறளை உச்சரித்துப் பாருங்கள் றகரத்தின் வன்மை புரியும். மற்ற வல்லின எழுத்துகள் மெல்லின மெய்களை அடுத்து வந்தால் வன்மையிழந்து மெலிந்தே ஒலிக்கும். ஆனால் றகரம் அவ்வாறு சேருமிடத்திலும் தன் வன்மை குன்றாமல் ஒலிக்கும். குற்றியலுகர பெயர்ச்சொற்களிலும் இந்த இயல்பே இருக்கிறது.

வெப்பமண்டலப் பகுதிகளில் வாழும் மக்கள் பேசும் பேச்சில் வல்லொலிகள் இடம்பெறுவது இயல்பு. ஆப்பிரிக்க பழங்குடிகளின் மொழிகளும் அப்படியே இருக்கின்றன. தேன் என்ற பொருளில் தெனுகு (அ)தெலுகு என்று புலவர்கள் போற்றும் தெலுங்கில் றகர ஒலி இருந்தாலும் அதில் தமிழைப் போல வன்மையாக ஒலிப்பதில்லை, றகர ஒலி தமிழில் மட்டும் அழுத்தமாக ஒலிக்கிறது. சங்க இலக்கியங்களில் எருமை நாடு என்று அழைக்கப்பட்ட கன்னட நாட்டில் றகரம் பண்டைய இலக்கிய வடிவில் மட்டுமே காணப்படுகிறது என்று கல்வெட்டுச் சான்று காட்டுகிறார் கால்டுவெல்.

அக்கறை- இது ஒரு பழங் கன்னடச் சொல் ஆகும். ஏற்கனவே அக்கரை இருப்பதால் அது தமிழில் வரும்போது சிறப்பு எழுத்தைப் பெற்று வந்துள்ளது. றகர - ரகர வேறுபாட்டை முதலில் சிறப்பு எழுத்துக்கள், பொது எழுத்துக்கள் விதிகளின் அடிப்படையில் தெரிந்துகொள்ளலாம்.

எவை தனித்துவமாக ஒப்பற்றதாக இருக்கிறதோ அவற்றைக் குறிக்கும் சொற்களில், எதை அழுத்தம் திருத்தமாக வலியுறுத்தி சொல்ல விரும்புகிறோமோ அதை வெளிப்படுத்தும் சொற்களில், நுட்பமான செயல்களும் செயல்களால் விளையும் பொருள்களைக் குறிக்கும் சொற்களில் சிறப்பு றகரம் வரும்.

அறம்--› அரம் (கருவி),

மறம்--› மரம் (பொதுப்பெயர்)

துறவு --> துரவு (சிறு கிணறு)

உறவு --> உரவு (வலிமை)

வெற்றி - -> இடையின ரகரம் அடுத்தடுத்து வராது

மறுப்பு மருப்பு (தந்தம்)

இறப்பு --> இரப்பு (இரத்தல்)

கறை--> கரை (பொதுப்பெயர்)

இறை--> இரை (உணவு)

கூறை (முகூர்த்தப் புடவை) --> கூரை (ஓலை)

சிறை--> சிரை (இரத்த நாளம், குரங்கு)

குறை--> குரை (ஒலி எழுப்புதல்)

மேலே இருக்கும் இருவகை மயங்கொலிச் சொற்களில் நுட்பமாகவும் அழுத்தமாகவும் சொல்ல வேண்டியதைக் குறிக்கும் சொற்களில் சிறப்பு றகரம் வந்துள்ளதை அறியலாம், ஆனால் பலவாக இருக்கும் பொருள்களைக் குறிப்பிடவும் மேலோட்டமாக பொதுவாகக் குறிப்பிட பயன்படும் சொற்களில் பொது ரகரம் வந்திருக்கிறது.

அதிகப்படியாக அல்லது பரந்து விரிந்து இருப்பதைக் குறிக்கும் சொற்கள் எண்ணிக்கை அடிப்படையில் அளவு அடிப்படையில் அதிகமாக இருப்பதைக் குறிக்கும் சொற்கள் நிறைய உள்ளீடுகளைக் கொண்டதைக் குறிக்கும் சொற்கள், மக்களின் நடைமுறையில் அன்றாடம் அதிகம் பயன்படும் கருவிப் பொருள்களுக்கு, பொதுப்பெயர்களுக்கு எல்லாம் பொது எழுத்துக்களையே பயன்படுத்த வேண்டும்.

வரம், கரம், சிரம், உரம் தரம், ஆரம் ஈரம், ஓரம், கருவி, குருவி, ஆரவாரம் அரித்தல், அரி(நெல்), அருவி, இரவு, சீரகம், மரை, வரை.

பொது எழுத்துச் சொற்களுக்கு மாற்றாக வரும் சொற்களும் பெரும்பாலும் பொது எழுத்துக்களைப் பெற்றே இருக்கின்றன.

வரை - மலை

மரை- மான்

இரவு- அல்

ஆரம்-மாலை:

மரம் - தரு

குரல் - ஒலி

உருள்-புரள்

ஊர்-நகர்-புரம்

எரு-உரம்

எல்- சூரியன்

வெயில் -கதிரவன்.

பொதுவாக எண்ண முடியாத பொருள்களுக்கான பெயர்கள் மற்றும் கருவிகளின் பெயர்கள் பொது எழுத்துக்களையே பெற்று வருகின்றன. திரளாக கூட்டமாக இருக்கும் எல்லா உயிர்களின் பெயர்களும் பொது எழுத்திலேயே வருகின்றன.

ஆறு- ஏரி

ஏரி பரந்த நீர்ப் பரப்பைக் குறிக்கிறது. அதே நேரத்தில் ஆறு என்பது மனித நாகரிகங்களின் தொட்டிலாக இருக்கிறது. ஆறு உருவாக்கும் வளத்தையும், வாழ்வதற்கான தகுதி உருவாக்கத்திற்காகவும் சிறப்பு எழுத்து வந்துள்ளது.

துறவு - பற்றற்ற நிலையை உணர்த்துகிறது பண்டைய மக்களின் மிக முக்கியமான வாழ்வியல் மாற்றம் என்று கருதப்படுகிறது. துரவு நீர் நிலையான கிணற்றைக் குறிக்கிறது.

உறவு - என்பது இணக்கமான வாழ்வின் தொடர்புகளைக் குறிக்கிறது. உரவு- அதிகம், என்று பொது எழுத்து விதி எதை வலியுறுத்துகிறதோ அதே பொருளைத் தருகிறது.

பறழ் – புலிக்குட்டியைக் குறிக்கிறது. பரல் என்பது விதை, பருக்கைக்கள் என்று எண்ணிக்கையளவில் அதிகமிருப்பதைக் குறிக்கிறது.

பண்பாடு - நாகரிகம்.

பண்பாடு என்பது தூய அகத்தில் இருந்து உருவாகி திகழ்வதாகும், தொன்மைத் தொடர்ச்சி கொண்டது. ஒரு நாட்டின், ஓர் இனத்தின்

அடையாளமாக நீடிக்கக் கூடியது. பெருமை கொள்ளத்தக்கது. எனவே சிறப்பெழுத்து வந்துள்ளது. ஆனால் நாகரிகம் புறத்தில் நிகழ்வது. அது நிலைபேறுடையது அல்ல, மாறிக் கொண்டே இருக்கும். பரவலாக எல்லோராலும் பின்பற்ற கூடியது. அதனால் பொது எழுத்து வந்துள்ளது.

புரட்சி

“புரட்சி தானாக நிகழ்வதில்லை; அதை நிகழ்த்த வேண்டும்” இப்படி சொன்னது யார்? என்று வழக்கமாக தமிழ்ச்சொல் அரட்டை பேசும் நண்பர் கேட்டார். நானும் லெனினா? என்று கேட்டேன். அவர் சிரித்தார். அந்தச் சிரிப்புக்கு எனக்கு அப்போது பொருள் புரியவில்லை. அவரே பிறகு சொன்னார். புரட்சி எவ்வளவு முக்கியமான ஒன்று அது ஏன் புறட்சி என்று வரவில்லை என்றார். கொஞ்ச நேரம் யோசித்தேன். நான் பிறப்பதற்கு நூறு ஆண்டுகளுக்கு முன் பிறந்த பாரதிதான் புரட்சி என்ற சொல்லை முதன் முதலில் பயன்படுத்தினார். “ஆகாவென் என்றெழுந்தது பார் யுகப் புரட்சி” என புதிய ருஷியா கவிதையில் எழுதி இருக்கிறார். சொற்கடல் கம்பனுக்கு அடுத்ததாய் பாரதி பல புதுச் சொற்களைப் படைத்திருக்கிறார். புதிய சொற்களை உருவாக்குபவனே மகா கவிஞன் என்பது எவ்வளவு பொருத்தமானது.

சி- என்ற தொழிற்பெயர் விகுதி பெற்ற சொற்களை எழுதினால் அதற்கு விடை கிடைக்கிறது.

குளிர்-குளிர்தல்-குளிர்ச்சி

காண் - காணுதல் – காட்சி

மலர்- மலர்தல்- மலர்ச்சி

மிரள்- மிரளுதல்- மிரட்சி

வறள்- வறல்தல் – வறட்சி

மேற்கண்ட சொற்களின் தொழிற்பெயர் மாற்றுக்களின் ஒப்பாக்கத்தின் அடிப்படையில் புரள்- புரள்தல் - புரட்சி என்று உருவாக்கி இருப்பார். புரட்சி என்ற சொல் ஒப்பாக்கத்தால் பிறந்த சொல் ஆகும்.

உயிர் என்பது ஒவ்வொரு உடலுக்கும் எவ்வளவு முக்கியம் அதைக் குறிக்கும் சொல்லில் ஏன் சிறப்பு றகரம் வரவில்லை என்று என் நண்பர் கேட்டார். இதை இலக்கணம் சார்ந்தும் அணுகலாம் உயிர்

இயல்பு சார்ந்தும் அணுகலாம். வல்லின றகர மெய் சொல்லின் இறுதியில் வராது என்பது இலக்கண விதி, அதனால் றகர ஒற்றோடு உயிற்- என வரவில்லை.

நாறி – கற்றாழை இவை இரண்டிலும் சிறப்பு எழுத்துக்களே வந்துள்ளன. காரணம் நார்க் கற்றாழையின் குருத்து பஞ்சகாலங்களில் சோற்றுக்கு இணையான உணவாகப் போற்றப்பட்டது. இப்போதும் கிராமங்களில் குருத்து பிடுங்கி உண்பது வழக்கம். பனஞ்சோறு, தென்னஞ்சோறு போல கற்றாழைச் சோறு என்று குருத்து போற்றப்படுகிறது. கற்றாழையில் சோற்றுக்கற்றாழை என்ற வகை உண்டு அது உணவாகவும் மருந்தாகவும் பயன்படுகிறது.

அடுத்ததாக நாரி என்ற சொல் பெண், பார்வதி, வாசனை, கள், சேனை, பன்னாடை, தேன் ஆகிய பொருள்களைக் குறிக்கிறது. இவற்றில் இடம்பெறும் எழுத்துக்கள் எல்லாமே பொது எழுத்துகளாகவே இருக்கின்றன.

வயிறு-கயிறு

வயிறு என்பது பல உறுப்புக்களை உள்ளடக்கியது என்றாலும் உடலின் நடுப்பகுதியாக இருக்கிறது. உடலின் உயிர்ப்பை உணவூட்டி நிலை நிறுத்துகிறது. நமது மொத்த வாழ்வு என்பதே வயிற்றுக்காகத்தான்- அதாவது எல்லாமே வயிற்றுக்குத்தான், வயிற்றுப் பாடு, வயிற்றுப் பிழைப்பு என்று சொல்வதும் உண்டு. வாழ்வு நிறைகிற இடம் வயிறாகவே இருக்கிறது. இந்த முக்கியத்துவம் கருதியே சிறப்பு றகரம் வந்தது. கயிறு-உறுதியான பிணைப்பின் அடையாளம் உறுதி தன்மை கருதி சிறப்பு றகரம் வந்துள்ளது.

முரி, மரு ஆகிய பொது ரகர சொற்கள் பாலைநிலம், நீரில்லா இடம் என்ற பொருள் தரும் பெயர்ச் சொற்களாக இருக்கின்றன. முறி (முறித்தல்), மறு (மறுத்தல்) என்பவை அழுத்தமாக உணர்த்தும் கட்டளைச் சொற்களாக இருக்கின்றன. ரகரம் மட்டுமல்லாமல் எல்லா பொது எழுத்துக்களும் இரு பெயரொட்டு சொற்களில் பின்னால் நிற்கும் பொதுப் பெயரில் வருகின்றன.

வாழைமரம்

தென்னைமரம்--› இவற்றில் பொதுப்பெயர் மரம்

மாமரம்

ஆற்றங்கரை

கடற்கரை--> இவற்றில் பொதுப்பெயர் கரை

அடுப்பாங்கரை

தெரியுமா

சொல்லின் இறுதியில் எழுதும்போது எந்த ரகர,றகர ஒற்றை (ர் / ற்) எழுத வேண்டும் என்ற குழப்பம் சிலருக்கு வருவது உண்டு. சொல்லின் இறுதியில் ர் மட்டுமே வரும்.

மேலும் தனிக்குறிலை அடுத்து ர் வராது. அப்படி வந்தால் அது பிறமொழிச் சொல்லாகவே இருக்கும்.

தர்மபுரி-> தருமபுரி இதுவே இலக்கண முறை (தகடூர்)

கர்ப்பம்- கருப்பம்

10

தாய்மொழியைப் பிழையின்றி பேசும்போது
உங்களிடம் அழகான நாக்கு இருக்கிறது
பிழையின்றி எழுதும்போது
உங்களிடம் அழகான விரல்கள் இருக்கின்றன.

முத்தமிழின் மூன்று நகரங்கள் (ந,ன,ண)

பதிற்றுப்பத்தையும் சிலப்பதிகாரத்தையும் தமிழுக்குத் தந்த சேர நாட்டின் மலையாள மொழி தமிழில் இருந்து பிரிந்து கிளைமொழியான காலகட்டம் கி.பி.10 முதல் 15ஆம் நூற்றாண்டாக இருக்கும் என்று அறிஞர்கள் கூறுகிறார்கள். மலையாளத்தில் இருக்கும் வடசொற்களை நீக்கிவிட்டு எழுதினால் சங்கத்தமிழின் பெரும்பகுதி கிடைத்துவிடும். மலையாளத்தின் முதல் நூலான லீலாதிலகத்தின் ஆசிரியர், மலைநாட்டுத் தமிழும் சமஸ்கிருதமும் கலந்த நிலையில் மணிப்பிரவாளம் தோன்றிற்று. அந்த மொழிக்கே தாம் இலக்கணம் கூறுவதாகக் கூறுகிறார். 'மலையாள மொழியின் முதல் இலக்கியமான இராமசரிதம் தற்கால மலையாள மொழி பேசும் மக்களைவிட தமிழ்பேசும் மக்களால் எளிதில் புரிந்துகொள்ளப்படும் என்கிறார் டாக்டர் ஜி.ஜான்.சாமுவெல். மலையாளம் தனது எழுத்து வழக்கில் தமிழ் நெடுங்கணக்கை அச்சுத்துறை வளர்வதற்கு முன் பயன்படுத்தி இருந்தால் நம்மிடம் பெரும்பாலான சங்கத்தமிழ் சொற்கள் இன்றும் பயன்பாட்டில் இருந்திருக்கும். இப்போதும் மலையாள மொழியைத் தமிழர்கள் கற்றால் நிறைய பழந்தமிழ்ச் சொற்கள் கிடைக்கும்.

ண-ன பயன்பாடு

ண- கர, னகர எழுத்துக்களில் முதலில் தோன்றியது னகர ஒலியாகவே இருக்கும் இதுவும் ழ, ற போலவே தமிழின் சிறப்பு ஒலியாகும். பண்பாடும் மக்களின் வாழ்வும் மேம்பட்ட பிறகு சொற்களில் நுட்பமான பொருள் வேறுபாடுகளை உணர்த்த விரும்பிய போது ணகர ஒலி தோன்றியிருக்கும். ன என்பதை சொல்லின் இறுதி எழுத்து அல்லது விகுதி எழுத்து என்றும் சொல்கிறோம். இதற்குக்

காரணம் ன/னர்- என்று பன்மை விகுதியாகவும், வந்தான்- என்பதில் உள்ளதுபோல ஆண்பால் விகுதியாகவும் வருகின்ற தன்மை ஆகும்.

'அந்த' என்று சொல்லிப் பாருங்கள். அப்போது 'ந்'-எனில் நாக்கு எங்கே தொடுகிறதோ அங்கேதான் 'ந'வரிசை எல்லாமும் தொட வேண்டும். 'அவன்' என்கிற போது 'ன்'-எனில் நாக்கு தொடுகிற இடத்திலேயே 'ன' வரிசை எல்லாமும் தொட வேண்டும். பட்டம் என்பதில் ட என்பதை ஒலிக்க நாக்கு எங்கே தொடுகிறதோ அங்கேதான் 'ண'வரிசை எல்லாமும் தொட வேண்டும்.

அதிகப்படியாக அல்லது பரந்து விரிந்து இருப்பதைக் குறிக்கும் சொற்கள், எண்ணிக்கை அடிப்படையில் அளவு அடிப்படையில் அதிகமாக இருப்பதைக் குறிக்கும் சொற்கள், நிறைய உள்ளீடுகளைக் கொண்டதைக் குறிக்கும் சொற்கள், மக்களின் நடைமுறையில் அன்றாடம் அதிகம் பயன்படும் பொருள்களுக்கான சொற்கள், பொதுப்பெயர்களுக்கு என எல்லாவற்றிற்கும் பொது ன-கரத்தையே பயன்படுத்த வேண்டும்.

எது தனித்துவமாக ஒப்பற்றதாக இருக்கிறதோ அவற்றைக் குறிக்கும் சொற்களில், எதை அழுத்தம் திருத்தமாக வலியுறுத்தி சொல்ல விரும்புகிறோமோ அதை வெளிப்படுத்தும் சொற்களில், நுட்பமான செயல்களும் செயல்களால் விளையும் பொருள்களை குறிக்கும் சொற்களில் சிறப்பு ணகரம் வரும், மேலும் இந்த விதிகள் இன எழுத்துகளால் அமையும் சொற்களுக்குப் பொருந்தாது. வண்டு, கண்டம் ஆகிய சொற்களில் வரும் "ண்" இன எழுத்தான டகரத்தோடு வந்துள்ளது.

இனி மேற்கண்ட விதிகளின்படி சொற்களில் வரும் சிறப்பு எழுத்தும் பொது எழுத்தும் எவ்வாறு பொருள் மாறுபாட்டை உருவாக்க வருகின்றன என்று பார்க்கலாம்.

விண்-வான்

விண் எல்லை இல்லாத எளிதில் எட்டாத உயரத்தில் உள்ளதால் அதை வரையறுக்க முடியாது. இந்தப் பிரபஞ்சத்தின் புதிய கோள்களின் தோற்றத்திற்கான பெருவெடிப்பு (Big Bang) அங்கு நிகழ்கிறது எனவே சிறப்பு ணகரத்தைப் பெற்றுள்ளது

வான்- என்பது பரந்து விரிந்து நம் தலைக்கு மேலே இருக்கிறது. இது எந்த நேரமும் கண்ணுக்குத் தெரிகிறது. விமானம் செல்ல,

பறவை பறக்க என மனிதருக்கு நெருக்கமாக அல்லது புழங்கக் கூடிய இடமாக இருக்கிறது. அன்றாட பேச்சிலும் அதிகம் இடம் பெறுகிறது. அதனால் பொது னகரத்தைப் பெற்றுள்ளது.

மண் – பூமி தனித்துவமானது, பரிணாமத்தின் உயிர்த் தோற்றத்தின் அடிப்படை அலகாக இருக்கிறது. இந்த இடத்தில் நிலம் என்பதோடு குழப்பிக்கொள்ளாதீர் நிலம் என்பது பாறை, கரடு, பொட்டல், பாலை, களர் என எல்லாவற்றையும் உள்ளடக்கியது. நிலத்தில் இருக்கும் தனித்துவமான உயிரூட்டும் பகுதி என்பதாலே இச்சொல் சிறப்பு ணகரத்தோடு மண் என வந்துள்ளது. மன் என்பது அரசன்/ மன்னன் என்ற பொருளுடையது.

மாண்- சிறப்பு ணகரத்தைப் பெறும் போது மாண்பு சிறப்பு என்ற பொருளைப் பெறுகிறது. மான் - ஒரு விலங்கு என்ற பொருள் உடையது. தற்காலத்தில் மான் என்ற விலங்கை மட்டும் குறிக்கிறது. பொதுவாகவே காரணப்பெயர் அல்லாத அஃறிணைகளுக்கும், கூட்டத்தைக் குறிப்பதற்கும் பொது எழுத்துக்களே வருகின்றன.

உண்ணல்-_ சாப்பிடுதல், மனித உயிருக்கு ஆதாரமாய் முதன்மையாய் இருக்கிறது. உன்னல்- எண்ணிப் பார்த்தல், இது நிலையில்லா சிந்தனை ஆகும்

ஆண்- உயர்திணையில் இருக்கும் ஒரு பாகுபாடு. ஆன் – பசு அஃறிணை உயிர்களில் ஒன்று ஆகும்.

மணம் என்பது பரவக்கூடியது என்று சிலர் சொல்ல முன்வரலாம் ஆனால் அது ஒரு பொருளாக உச்ச நிலை அடைகிறது. நம்மை கிறக்கம் கொள்ள வைக்கிறது அளவு கடந்து ஈடுபட வைக்கிறது. கண்ணுக்குத் தெரியாத ஒன்றில் மனிதனின் ஏற்பும் விலக்கமும் கொண்டது மணம் என்பதில்தான்.

இந்த இடத்தில் தேன் இனிமையின் உச்சம் என்று சிலர் வாதடலாம் ஆனால் ஒரு மலர் தரும் அளவை யோசித்துப் பாருங்கள் அல்லது தேன்கூட்டிலிருந்து சேகரித்ததாகவே வைத்துக்கொண்டாலும் நம்மால் எந்த அளவுக்கு வாயிலிட்டு சுவைக்க முடியும் சிறிதளவுதான். ஒரு மலரின் நறுமணத்தைப் போல முழுவதையும் நுகர முடியுமா? மனித பயன்பாட்டின் அளவு என்பதைப் பொறுத்தே அதன் முக்கியத்துவம் அறியப்படுகிறது. அதன் அடிப்படையிலே சிறப்பு எழுத்துக்கள் சொல்லில் இடம் பெறுகின்றன.

பண்டைய தமிழில் ந-கரம் உயிர்களுக்கு இடையேயும் சொல்லின் ஈற்றிலும் வந்தது. இப்போது மொழிக்கு முதலில் மட்டுமே ந-கரம் எழுதுவதும் பிற இடங்களில் னகரம் என்று எழுதுவதும் இயல்பாகிவிட்டது. முதலில் மட்டும் ந-கரம் வருவதால் அதைப் பயன்படுத்துவதில் பெரிய குழப்பம் நமக்கு இருப்பதில்லை.

ஒரே இடத்தில் மட்டும் அதாவது பெயர்ச்சொற்களில் விகுதியாக வரும் சொற்களில் ந/ன குழப்பம் வருகிறது. அதை எளிமையாக அறிந்துக்கொள்ளலாம்.

ஞர்- நர்- னர் பயன்பாடு

சொல் அமைப்பின் அடிப்படையில் உலகில் உள்ள மொழிகளைத் தனிநிலை மொழிகள் (சீன மொழி), ஒட்டு நிலைமொழிகள் (திராவிட மொழிகள்), உட்பிணைப்பு நிலை மொழிகள் (சமஸ்கிருதம் இலத்தீன்) என்று பிரிக்கிறார்கள். ஒட்டுநிலைப் பண்பின் அடிப்படையில் தமிழில் அடிச்சொற்களில் உருபன்கள் (இடைநிலை, விகுதி போன்றவை) சேருவதால் புதிய சொற்கள் உருவாகின்றன. இந்த ஒட்டுநிலைப் பண்பு ஒரு சொல்லுக்குள் ஏற்படும் மாற்றங்களை அறிய உதவுகிறது.

go-went-gone இதில் ஏற்பட்ட மாற்றங்களை அறிவது கடினம். ஆனால் போனான் போகிறான் போவான் - என போ என்ற ஒரு சொல்லின் ஒட்டுநிலை வடிவங்களை நம்மால் எளிதில் புரிந்துகொள்ள முடியும். ஞர்/நர்/னர் என்ற இம் மூன்று விகுதிகளையும் ஒட்டுநிலைப் பண்பை அடிப்படையாகக் கொண்டு புரிந்துகொள்ளலாம்.

கவி-ஞர்

கலை-ஞர் அறி-ஞர்

வலை-ஞர் பொறி-ஞர்

இவை எல்லாமே பெயர்ச் சொல்லை முன் ஒட்டாகக் கொண்டுள்ளன. அதாவது ஒரு பெயர்ச் சொல்லானது ஞர் என்ற விகுதி பெற்று அப்பெயரில் உள்ள துறையில் உள்ளவர்களைப் பேரறிவு பெற்றவர்கள் திறமையானவர்கள் என்பதை உணர்த்துகிறது. எனவேதான் ஞர் என்பதை உயர்வு விகுதி என்கிறோம்.

“கேட்குநர் உளர்கொல்” என குறுந்தொகையிலும் (86) “விழுமிய நாவாய் பெரும் நீரோச்சுநர்” என்று மதுரைக்காஞ்சியிலும் இந்த விகுதி வந்துள்ளது.

அனுப்புநர் பெறுநர் என எந்த முகவரிப் பெயரும் இல்லாத கடிதம் ஒன்றைப் போக்குவரத்துக் கழக இயக்குநரிடம் ஒப்படைக்கச் சொல்லி பேருந்து ஓட்டுநர் நடத்துநரிடம் கொடுத்தார். இப்படியான ஒரு எடுத்துக்காட்டைப் பள்ளிகளில் பயன்படுத்துவதுண்டு

இங்கு உள்ள நர் விகுதி பெற்ற சொற்களைக் கவனியுங்கள் அவற்றின் இயல்பு, கட்டளைச் சொற்களாக அல்லது வினைச் சொற்களின் அடிச்சொற்களாக இருக்கின்றன.

அனுப்பு-நர்

பெறு-நர்

இயக்கு-நர்

ஓட்டு -நர்

நடத்து-நர்

அடுத்ததாகக் கீழே உள்ள னர் விகுதி பெற்ற சொற்களைக் கவனித்துப் பார்த்தால் அது பன்மை விகுதியாக இருக்கிறது.

குழுவினர், உறுப்பினர்

பொறுப்பினர், படையினர், அணியினர்

மேலே உள்ள இவற்றின் வேறுபாட்டைச் சுருக்கமாகப் பின்வருமாறு வரையறுக்கலாம்

ஞர் - உயர்வு விகுதி

நர்- வினை (கட்டளை) விகுதி

னர் - பன்மை விகுதி.

இன (இரட்டை) எழுத்துக்கள்

ட்,ண் : த்,ந் : -ற்,ன் ஆகியவற்றை இன எழுத்துகள் என்கிறோம்.“இரண்டில் மூன்றும் மூன்றில் இரண்டும் வந்தது”- என்பது வாய்ப்பாடு போன்றது. இதில் இரண்டு என எழுதும்போது

மூன்று சுழி ணகரமும், மூன்று என்று எழுதும்போது இரண்டு சுழி னகரமும் வந்தது என்று எழுதும்போது த-கர எழுத்தின் முன்பு நகர எழுத்தும் வரும் என்று பள்ளிகளில் மாணவர்களுக்குச் சொல்லித் தருவது உண்டு. இவற்றின் பெயர்களான தந்நகரம், டண்ணகரம், றன்னகரம், இவை சொற்களில் வரும் முறையைச் சுட்டிக் காட்டிவிடுகின்றன.

- ட-வரிசை எழுத்துக்களுக்கு முன்பு ண் மட்டுமே வரும்: ந<u>ண்டு</u>, க<u>ண்டா</u>ன், வ<u>ண்டி</u>, வ<u>ண்ட</u>ல்
- த-வரிசை எழுத்துக்களுக்கு முன்பு ந்,– மட்டுமே வரும்: ப<u>ந்து</u>, ப<u>ந்த</u>ல், <u>பூந்தி</u>, இ<u>ந்தி</u>ரன்
- ற-வரிசை எழுத்துக்களுக்கு முன்பு ன் - மட்டுமே வரும்: க<u>ன்று</u>, ஒ<u>ன்றி</u>யம், அ<u>ன்றி</u>ல்

குறிப்பு: இது போன்ற இடங்களில் வரும் எழுத்துக்களை இன எழுத்துக்கள் என்ற கோணத்தில்தான் பார்க்க வேண்டும். மெய்யெழுத்தை அடுத்துவரும் போது மட்டும் இவற்றைக் கவனத்தில் கொள்ள வேண்டும். கிணறு என்பது போல வரும் உயிர்மெய் எழுத்துக்களில் இந்த விதி பொருந்தாது.

மெய் ஈற்றுப் புணர்ச்சிகளில் ளகரம் - › டகரமாக, ணகரமாக மாறும்

முள்+செடி= முட்செடி: தோள்+பறை= தோட்பறை

வாள்+மாண்டது -› வாண்மாண்டது

லகரம் -›றகர, னகரமாக மாறும்

கல்+கோயில் = கற்கோயில்

கல் + மனம் = கன்மனம்

நண்பர்களே இந்த ஆய்வு இத்தோடு முடியப்போவதில்லை இன்னும் பல்வேறு கோணங்களில் விரிவுபடுத்த வேண்டும். இவ்வாறு நான் ஆராய்ந்த சொற்களை நிரல்படுத்த தொடங்கி இருக்கிறேன். இப்பணி முடியும்போது மிகப்பெரிய ஆவணமாக இருக்கும். இங்கு நான் முன்வைத்துள்ள கருத்துக்கள் குறித்து உரையாட இந்நூலைப் படிப்பவர்களை அழைக்கிறேன். கடந்த ஐந்து ஆண்டுகளில் ஆறாயிரம் சொற்களுக்கு மேல் இப்படி ஒப்பிட்டு ஆராய்ந்து

பார்த்திருக்கிறேன் அவற்றைத் தனியே ஒரு நூலாகக் கொண்டுவரும் விருப்பமும் இருக்கிறது.

இந்த நூலைப் படிப்பவர்களில் சிலர் முரண்படலாம் அதையும் உள்ளடக்கியே ஒரு மொழியின் வளர்ச்சி அமைகிறது. அப்படி சிலர் முரண்பட்டாலும், இனி அவர்கள் காணும் சொற்களில், நான் கூறியுள்ள பொது எழுத்து, சிறப்பு எழுத்து, துணை எழுத்து விதிகளைக் கட்டாயம் பொருத்திச் சோதிப்பார்கள். எந்த மயங்கொலி வரும் என்ற அறிவைப் பெறுவார்கள். அவர்கள் உட்பட இக்கருத்துக்களை மற்றவர்களிடம் கொண்டு செல்லும் அனைவருக்கும் என் அன்பு வாழ்த்துக்கள்.

11

'தண்ணீர்' என்று காய்ந்து போன மரக் கட்டையிடம்
சொன்னால் மட்டும் போதும்,
அதில் கிளைகள் முளைத்து, இலைகள் துளிர்க்கும்

- *(சாந்தோக்கிய உபநிடதம்- 5-2.3)*

உயர்திணை மொழி தமிழ்

எல்லா சொல்லும் பொருள் குறித்தனவே - என்று தொல்காப்பியர் முடித்துவிடவில்லை அடுத்தடுத்த நூற்பாக்களில் இன்னும் கொஞ்சம் ஆழமாக பொருள் கொள்ள வேண்டும் என்கிறார், அவற்றைச் சொன்மை, பொருண்மை என்று சொல்லுகிறார்.

ஒவ்வொரு பழமையான சொல்லுக்குள்ளும் அம்மொழியைப் பயன்படுத்தும் மக்களின், பண்பாடு, வரலாறு, மருத்துவம் இருக்கிறது. "மொழிகளை ஆராயும்போது அம்மொழி பேசும் மக்களின் பண்பாடு வெளிப்படுகிறது" என்கிறார் போயாஸ் என்ற மொழியியல் அறிஞர். அப்படி காலத்தே முன் தோன்றிய ஒரு சொல் அழியும்போது அந்த மொழியின் தொன்மையான வரலாறோ பண்பாடோ அறிவியலோ மருத்துவமோ அதனோடு சேர்ந்து அழிந்து விடுகிறது..

நாம் தண்ணீர் குடிக்கப் பயன்படுத்தும் சொம்பு என்பது செம்பு என்ற சொல்லின் இலக்கணப்போலி ஆகும். இலக்கண போலி என்றால் வேறு ஒன்றும் இல்லை, ஒரு சொல்லின் ஏதாவது ஒரு எழுத்தை மாற்றினாலும் சொல்லின் பகுதிகளை முன்பின் மாற்றினாலும் பொருள் மாறாமல் அதே பொருளைத் தரும். வழக்கில் நாம் ஐந்து -அஞ்சு; தசை - சதை வாய்க்கால் - கால்வாய் என மாற்றி எழுதிப் பயன்படுத்துகிறோம் இவை எல்லாம் இலக்கணப்போலிகள்.

இன்றும் பல இடங்களில் குறிப்பாக நாட்டுப்புறங்களில் செம்பில் தண்ணி கொண்டு வா என்று அச்சொல்லை அப்படியே பயன்படுத்துவதை அறியலாம். நாட்டுப்புற மக்களின் பேச்சில்

கடுமையான இலக்கணம் உள்ளது என்ற டாக்ர மு.வரதராசனாரின் கருத்தையும் நாம் நினைவில் கொள்ள வேண்டும்.

பழங்கால மனிதன் முதன் முதலில் கண்டுபிடித்து, பயன்படுத்திய உலோகம் செம்பு என்பதால் அதிலிருந்து உருவான பாத்திரத்திற்கும் செம்பு என்று பெயர் வைத்தார்கள். நாம் இன்று வழங்கும் சொம்பு என்ற சொல்லின் பெயர் காரணத்திற்குப் பின்னால் ஆதி மனிதன் கண்டறிந்த முதல் உலோகம் செம்பு என்ற வரலாறு உள்ளது. நிலத்தில் (புவியில்) இருந்து பிரிந்து சென்று இருப்பதாலே நிலா என்று பெயர் வந்தது. (நிலம் - நிலா) இக்கருதுகோள் இப்போது மறுக்கப்பட்டு விட்டது.

உலக மொழிகளில் இருக்கும் இது போன்ற கருத்துக்களே மாபெரும் கொடை. இதை அறிவதற்கு ஒவ்வொரு மொழியிலும் சொற்கள் உருவாவதற்கான இரண்டு வகை காரணங்களைப் பற்றி நாம் தெரிந்து கொண்டால் போதும். காரணம் கருதி உருவாகும் சொற்கள். (காரணப்பெயர்) குறித்த காரணம் இன்றி பெயரிட்டு உருவாகும் சொற்கள் (இடு குறிப்பெயர்).

கடலைக் குறிக்கும் சொற்களைப் பற்றி நாம் பார்ப்போம். கடப்பதற்கு அரியது என்று கருதியே கடல் என்ற சொல் உருவானது. பரந்து விரிந்திருக்கிறது என்று கருதியே பரவை என்ற சொல் உருவானது. ஆழமாக இருக்கிறது என்று கருதியே ஆழி என்ற சொல் உருவானது, ஆர்ப்பரித்துக்கொண்டே இருப்பதால்தான் ஆர்கலி என்ற சொல் ஒருவானது. இப்படி கடலைக் குறிக்கும் அறுபத்து ஏழு சொல்லுக்கும் காரணம் சொல்லிக்கொண்டே போகலாம். கடலைக் குறிக்கும் அறுபத்து ஏழு சொற்களில் எனக்கு மிகவும் பிடித்த சொல் 'உவர்வனம்' ஆகும். ஒரு கவிதை போல அழகாக இருக்கிறது. கடலை உவர்ப்புக் காடு என்று சொல்வதில் உருவாகும் பொருள் இன்பம் தனித்துவமானது.

சீரகம் என்ற நறுமணப்பொருளின் பெயரின் உள்ளே அது அகத்தை (வயிற்றை) சீராக வைத்துக்கொள்ளும் என்ற மருத்துவக் குறிப்பு உள்ளது. செவ்வாய் என்ற கோளின் பெயரில் அக்கோளைப் பற்றிய அறிவியல் செய்தி உள்ளது. அந்திமந்தாரை (ஆங்கிலத்தில் Four-O Clock flower) என்பதில் அப்பூ எந்த நேரத்தில் மலரும் என்ற செய்தி உள்ளது.

பீகிள்ஸ் கப்பலில் சென்ற டார்வின் பூச்சிகளை ஆராயும்போது ஒருமுறை இரண்டு கைகளிலும் பூச்சி வைத்திருந்தாராம்.

மூன்றாவதாக ஒரு பூச்சி கிடைத்ததும் கையிலிருந்த ஒன்றை வாயில் போட்டுக் கொண்டாராம் அதைப் போல சில நேரங்களில் தமிழ்ச் சொற்களை ஆராய்ந்திருக்கிறேன். அதனால் நிறைய புதிய செய்திகள் கிடைத்திருக்கின்றன.

ஒரு பொருளில் இருந்து உருவாகும் இன்னொரு பொருளுக்குத் தமிழில் பெயர் இருந்தால் அது பயன்படுத்தவும் அல்லது நுகரவும் தகுந்தது என்ற நுட்பமான ஒரு கூறு இருக்கிறது. எடுத்துக்காட்டாக நெல் என்ற சொல்லைப் பற்றி ஆராய்ந்து பார்த்தால் தமிழ் மொழி எவ்வளவு நுட்பமாக உருவாக்கப்பட்டது என்பதை புரிந்துகொள்ள முடியும்.

விதை நெல் - நீரில் ஊறி முளைப்பு கூறுகட்டி வேறொன்றாக மாறுவதை மொளப்பு (முளைப்பு நெல்) என்பர். அது வேர் ஊன்றி முளைத்தால் நாற்று என்பர்- நாற்று பிடுங்கி நட்ட பிறகு அது வளரும்போது தூறு என்பர் தூறு வளர்ந்து உச்சி பெருத்தால் புடை என்பர், புலவர் குழந்தை சூல் பசும்பாம்பு என்று வருணிக்கும் புடை விரிந்து கதிராகிறது. கதிர் பால் ஏறி வளர்ந்து கருக்காகிறது கருக்கு முற்றி நெல்லாகிறது, நெல்லின் உமி அழிந்து அரிசியாகிறது அரிசி அழிந்து சோறாகிறது, பொம்மல் சோறழிந்து குழைந்து கஞ்சியாகிறது கஞ்சி நீரோடு கலந்து கரைந்து பழங்கஞ்சியாகிறது அது சுண்டி சுண்டக்கஞ்சியாகிறது அது அழிந்தால் அதற்குத் தனித்த பெயர் இல்லை அதனால் அதற்குமேல் அது நாம் உண்ணத்தகுந்ததாக இல்லாமல் மாறிவிடுகிறது.

நெல்லுக்கு மட்டும் இப்படி வகைமை இல்லை பல பொருள்களுக்கும் உண்டு. வேர் அழிந்து கிழங்காகிறது - கிழங்கு அழிந்து கிழடாகிறது கிழடு முற்றி பழடாகிறது. இதைப் பற்றிய எங்க கிராம பழமொழி ஒன்று உண்டு. கிழங்கு முத்தினா கிழடு கிழடு முத்தினா பழடு பழடு முத்தினா அது கொரடு-னு சொல்லுவாங்க.

பயன்படுத்த முடியாத பொருள்களுக்குச் சிவியல், சொத்தை, அழுகல், சொண்டு, அல்லிக்காய், ஒல்லிக்காய், கோட்டாங்காய் போன்ற பொதுப் பெயர்கள் உண்டு, அவையெல்லாம் நாம் உண்ணத் தகுந்தவையோ பயன்படுத்தத் தகுந்தவையோ அல்ல ஆனால் நம்மைச் சுற்றியிருக்கும் மாவினங்களுக்கு (விலங்குகளுக்கு உணவாகிறது. அவை தின்று கழித்துவிட்டால் அவற்றிற்கு வேறு தனித்த பெயர்கள் இல்லை என்பதால் அவை மண்ணில் சேருகின்றன.

வேர்ச்சொல் ஆராய்ச்சி அடிச்சொல் ஆராய்ச்சி போன்றவற்றில் ஈடுபட்டு சிகரம் தொட்ட மொழி ஞாயிறு தேவநேயப் பாவாணர் உட்பட பலரும் தமிழின் சொல்வளத்தை வானளாவ எடுத்துக் கூறி இருக்கிறார்கள்.

பரப்பளவு சார்ந்து அல்லது விரிந்த பரந்த பகுதிகளைக் குறிக்கும் எல்லா சொற்களிலும் ட-கர எழுத்து இருப்பதை தமிழில் காண முடியும். இதற்கான காரணத்தை எப்படி வரையறுப்பது? இது கணிதத்தோடு தொடர்புடைய செங்கோணத்தை காட்டும் எழுத்துப் போல இருக்கிறது. இன்னும் சொல்லப்போனால் கி.மு.3ஆம் நூற்றாண்டு முதல் தமிழ் எழுத்துக்களில் அதிகப்படியாக மாற்றம் அடையாதவை ட ப ம மட்டுமே.

நாம் இன்று பயன்படுத்தும் எழுத்துமுறை பல்லவர் காலத்தில் தொடங்கி முதலாம் ராசராசன் காலத்திலே அதிகமாக வலியுறுத்தப்பட்டதாகக் கல்வெட்டுச் செய்திகள் கூறுகின்றன. அதற்கு முன்பு இந்த எழுத்து வடிவம் இல்லை. ஆரம்பத்தில் இருந்தே கிமு.3ஆம் நூற்றாண்டு முதலே டகரத்தைக் குறித்த வரிவடிவம் பெரிய மாற்றத்துக்கு உட்படவில்லை என்றே சொல்லலாம்.

ட என்னும் எழுத்து இருக்கும் சில சொற்களைக் கவனியுங்கள். இந்த வரிவடிவம் நுட்பமாக இருப்பது தெரியவரும்.

கடல் மடல் திடல்

படல் படம் படாம் வடம்

தடம் மடம் கூடம் பட்டம் கட்டம் ஓடம்

சட்டம் இடம் மாடம் கடம் தோட்டம் நீட்டம் உடல்

நை-என்ற சொல்லுக்கு வருந்து, துன்பம் எனவும், நொ- என்ற சொல்லுக்குத் துன்பம், முடம் எனவும் பொருள்கள் உள்ளன. நை, நொ வரிசை சொற்கள் பெரும்பாலும் துன்பம் நோய் போன்ற எதிர்மறையான பொருளிலே இருக்கின்றன. இது போல சில எழுத்துக்களின் வருக்கங்களின் பொருள் அகராதியில் இருப்பதை *gloomy entry* என்பார்கள். நீங்களும் அகராதியில் ஏதாவது தேடுங்கள். ஆனால் அது *gloomy Sunday* பாடல் போன்று அமையாதிருந்தால் சரி. வாய்ப்பிருந்தால் தற்கொலை கீதம் என்ற அப்பாடலை யூடியூபில் கேட்டுப் பாருங்கள்.

தற்காலத்தில் நாம் பயன்படுத்தும் பல சொற்கள் பல நூறு ஆண்டுகளுக்கு முன்பு தமிழ் இலக்கியங்கள் பயன்படுத்தியவை என்பதற்கான ஆதாரங்களை இன்னும் நமக்குக் காட்டும் கண்ணாடியாகக் கம்பராமாயணம் இருக்கிறது. முந்தானை என்னும் புடவையின் முன்பகுதி தானை என்று கம்பராமாயணப் பாடல் ஒன்றில் வருகிறது. ஆரத்தி எடுப்பது என்பதை எங்கள் ஊரில் ஆலம் சுற்றுவது என்று கூறுகிறார்கள் (சுண்ணாம்பு கலந்த மஞ்சள் தண்ணியில் சோற்று உருண்டையில் தீபம் ஏற்றி கண்ணேறு (திருஷ்டி) கழிப்பது). ஆலம் என்பதன் பொருள் எனக்கு ஆரம்பத்தில் புரியவில்லை, பிறகு அச்சொல்லைக் கம்பராமாயணத்தில் ஆலவடிசில் என்று படித்தபோது புரிந்தது.

தமிழின் எல்லா எழுத்துக்களும் ஒரு சொல்லின் (மொழி) முதலாக எழுதப்படும் காலகட்டத்தில் நாம் இருக்கிறோம். தொல்காப்பியத்திலிருந்து விலகி நன்னூல் நடைபோட்டது. சில விதிகளில் நன்னூலில் இருந்து விலகி வீரசோழியம் நடைபோட்டது. வாழைப்பழம் - › வாயப் பயம் என உச்சரிக்கும் பேச்சு வழக்கு பற்றி வீரசோழியம் குறிப்பிடுகிறது.

மக்களை உயர்திணை என்று சொல்லிய பிறகு விலங்குகளைத் தாழ்திணை என்று பெயரிடாமல் அல்+திணை என்று பெயரிட்ட இலக்கண முறை உயிர் நேயமிக்க சிந்தனை ஆகும். அதுமட்டுமல்லாமல் கறையான், எறும்பு, நாங்கூழ், புழு என்று மிகச் சிறிய உயிர்களுக்கும் சிறப்பெழுத்துக்களிலே பெயர்களைச் சூட்டியுள்ள தமிழ்மொழி மிக நுட்பமானது என்பதை நாம் அனைவரும் உணர வேண்டும்.

இன்று உலகளாவிய மக்களாக நாம் வாழ்வதால் மொழிமுதல் எழுத்தாகப் பல புதிய எழுத்துக்கள் வந்து விட்டன. எனவே புதிய மொழிமுதல் எழுத்துக்களின் வரவை ஆதரிக்க வேண்டும். ராக்கெட் என்பதைவிட றாக்கெட் என்பதே சரியான உச்சரிப்பாகும். மொழி முதல் எழுத்துக்களை மாற்றி பிற மொழிச் சொற்களை எழுதும்போது அவற்றை அடையாளம் காண வாய்ப்பும் இருக்கிறது.

தமிழ்மொழியின் புறத்தன்மையில் பொருண்மையில் இன்னும் என்னென்ன வியப்புக்கள் இருக்கும் என்று நாம் ஆராய்வோம். மகிழ்ச்சியடைவோம். இனி அடுத்ததாக ஒற்று மிகும் இடங்களை எளிமையாகக் கற்றுக்கொள்ளலாம் வாருங்கள் நண்பர்களே!

இரண்டாம் பகுதி

வல்லினம் மிகும் இடங்கள்

தாய் என் கிளவி இயற்கை யாகும் (தொல். 358)

தாய் என்பவள் தனித்துவமானவள் ஒப்பற்றவள் என்ற கருத்தின் அடிப்படையிலேயே தாய் என்ற சொல்லின் பின்னால் எந்தவிதமான ஒற்று எழுத்துக்களும் மிகக் கூடாது என்று தொல்காப்பியம் கூறுகிறது. இது தமிழ் இலக்கணம் தாய்மைக்குத் தந்திருக்கிற மணி மகுடம் ஆகும்.

12

சிறந்த இலக்கியம் என்பது
சாத்தியமான அளவிற்கு
பொருள் உள்ள மொழியாகும்.

-எஸ்ரா பவுண்ட்

மனதை மயக்கும் சந்தி இலக்கணம்

கனி நிறைந்த ஒரு மரம் போல தமிழ்மொழி இருக்கிறது. மிக மெல்லிய நறுமணம் மிக்க பூக்களாக, அங்கொன்றும் இங்கொன்றுமாக க்ச்த்ப் ஒற்றுக்கள் வருகின்றன. இதைக் கற்பவர்களும் கற்பிக்கிறவர்களும் சுளுக்கு எடுத்துக்கொள்ளும் இளம் பெண்ணைப் போல நடந்துகொள்கிறார்கள்.

உலகின் பல மொழிகளில் ஒற்றுமிகுதல் இருக்கிறது. இது ஒற்று இரட்டித்தல் என சொல்லுக்குள்ளேயே அகச்சந்தியாக நிகழ்கிறது. Hug(V1) என்ற ஆங்கில வினைச் சொல்லுக்கு Hugged, Hugging ஆகியவை மாறுபட்ட வினை வடிவங்கள் ஆகும். இரண்டிலும் மெய் g ஆனது இரட்டித்து gg என்று மாற்றமடைகிறது. Travel+er = Traveller, big + est = biggest. ஒரு சொல்லின் மற்ற வடிவங்களின் மெய்யெழுத்துக்கள் இரட்டிக்கின்றன. சொல்லுக்குள்ளே வல்லினம் மிகுதல் தமிழில் இருக்கிறது. அகச்சந்தி சொல்லை ஒருமைப்படுத்துகிறது. இது எல்லா மெய்களுக்கும் பொருந்தாது. ர் ழ் ஆகியவை தம்முன் தாம் வருவதில்லை. மெய்ப்பாடு. மெய்த்திறம் போன்ற சொற்களில் ஒற்று உள்ளேயே மிகுகிறது.

உலகின் சில மொழிகளில் மட்டுமே புறச் சந்தி இருப்பதாக மொழியியல் ஆய்வாளர்கள் குறிப்பிடுகிறார்கள். இந்திய மொழிகளில் தமிழிலும் மலையாளத்திலும் மட்டும் ஒற்றுமிகும் பண்பு இருக்கிறது. இதை வல்லினம் மிகும் இடங்கள் என்கிறோம்.

"வண்ணப் பட்டைகள் ஒன்றை ஒட்டி ஒன்று வரும்போது இரண்டு பட்டைகள் சேருமிடத்தில் வண்ணக் கலவை இருக்கலாம். இதைப்போலவே இரண்டு சொற்களோ, உருபுகளோ, சொல்லும்

உருபுமோ சேர்ந்து வரும்போது அடுத்தடுத்து வரும் ஒலியில் மாற்றம் ஏற்படலாம். இந்த மாற்றம் உச்சரிப்பு ஒருமையைக் கூட்டும். இப்படியான சொல், உருபு சேர்க்கையின் ஒலி விளைவு சந்தி எனப்படும்" என்று மைசூரில் உள்ள இந்திய மொழிகள் நிறுவனத்தின் முன்னாள் இயக்குநர் இ.அண்ணாமலை கூறுகிறார்.

ஒரு தொடரில் சொற்களுக்கு இடையில் வந்து பொருள் வேறுபாட்டை உணர்த்தும் சின்னஞ்சிறிய எழுத்து (க் ச் த் ப்) மிகுதல். இது காதலிக்கு தரும் மஸ்லின் துணியில் இருக்கும் சித்திர வேலைப்பாடு போன்று நுட்பமானது. இந்த ஒற்று எழுத்துக்கள் மிகுவதால் என்ன பயன் என்று பலரும் கேட்கிறார்கள்.

- வேகமாகப் பேசும்போது இடைவெளி நீங்குவதால் வல்லின எழுத்து மென்மையாகும் வாய்ப்பைத் தடுக்கிறது.

  தலைகனம் - என்பதில் ககரம் மென்மையாகிறது. தலைக்கனம் என்பதில் ககரம் வன்மையாகிறது. இதனால் பேச்சு இனிமையாகிறது.

- சொற்கள் தொடரில் வெளிப்படுத்தும் பொருள் மீதான கட்டுப்பாடுகளை வெளிப்படுத்தவும் அல்லது பொருள் மயக்கத்தைத் தடுக்கவும் உதவுகிறது.

  வேலை தேடினான் (இதில் வேலை -ஒரு தொழில்)

  வேலைத் தேடினான். (இதில் வேல் ஒரு கருவி) வேல்+ஐ= வேலை (இரண்டாம் வேற்றுமை)

ஒற்று எங்கு இரட்டிக்கும் என்று சொல்ல முடியுமே தவிர ஏன் இரட்டிக்கும் என்று மொழியின் பொது இயல்பு சார்ந்த காரணம் சொல்ல முடியாது. சின்ன –என்ற சொல்லின் பின் மிகும் ஒற்று, சிறிய என்ற சொல்லின் பின் மிகுவதில்லை. சுட்டுப் பெயரெச்சத்திற்கு (அந்த, இந்த) பின் மிகும் ஒற்று மற்ற பெயரெச்சத்தின் பின் மிகுவதில்லை. இவற்றிற்கெல்லாம் ஏன் என்று இலக்கண அடிப்படையில் காரணம் சொல்ல முடியாது. எழுத்துக்கள் என்று தொல்காப்பியரும் உரையாசிரியர்களும் வன்தொடர் குற்றியலுகர விதிப்படி எழுதியிருக்கிறார்கள். வாழ்த்துக்கள் என எழுதினால், சிலர் தவறு என்கிறார்கள். ஏன் என்று காரணம் கேட்டால் அவர்களிடம் பதில் இருப்பதில்லை.

சந்திப் பிழை நீக்கி எழுதுவதைச் சொல்லித் தர பலரும் முயற்சி செய்கிறார்கள். அவர்களிடம் இருந்து மாறுபட்டு சொல்லியிருக்கிறேன். ஒற்றுக்களைத் தவிர்த்து எழுதும் போக்கு அதிகரிக்கும் இக்காலத்தில் இந்த வழிமுறைகள் நிச்சயம் பயனுள்ளதாக இருக்கும்.

வல்லினம் மிகுவதற்கான அறுபத்து இரண்டு (62) விதிகளில் பெரும்பாலனவற்றை சுருக்கமாகவும் நினைவில் நிறுத்த எளிதாகவும் தருகிறேன்.

இரண்டு சொற்கள் சேரும்போது அல்லது ஒரு தொடரில் அடுத்தடுத்ததாக வரும் சொற்களுக்கு இடையில், அடுத்து வருகிற சொல்லின் முதல் எழுத்தின் அடிப்படையில் (க் ச் த் ப்) ஒற்று எழுதுகிறோம்.

- இரண்டு சொற்கள் சேரும்போது வல்லினம் மிகுகிறது.

  பட்டு + பூச்சி – பட்டுப்பூச்சி

- ஒரு தொடரில் அடுத்தடுத்துவரும் சொல்லின் இயல்பு காரணமாக (இலக்கண விதிகளின் படி) ஒற்றுமிகுகிறது.

  அவளைக் கண்டு சிரித்தான் (இரண்டாம் வேற்றுமையில் மிகுகிறது)

- சொல்லுக்குள்ளேயே ஒற்றுமிகுதல், வல்லினம் மிகுதல் போல மெல்லினம் மிகுதலும் உண்டு

  வாய்ப்பாடு, பாய்ச்சினாள் (வல்லினம் மிகுதல்)

  செய்ந்நன்றி, மெய்ம்மயக்கம் (மெல்லின மிகுதல்)

இரண்டு உயிர்களை ஒட்டவைக்கும் ஒரே விதி அன்புதான். அதைப் போல இரண்டு பெயர்ச் சொற்கள் அடுத்தடுத்து நிற்கும் போது பொருள் புரியும்படி இணைப்பது சந்தி விதி. இவ்விதிகளை அன்புத் தொண்டர்கள் உதவியுடன் தெரிந்துகொள்ளலாம். அன்புத் தொண்டர்கள் யாரென்று உங்களுக்குத் தெரியுமா?

13

அறிவூட்டுவது என்பது பதில் அல்ல கேள்விதான்.

- டிகோவெர்ட்ஸ்

கவனம் என்பது அறிதலின் தூய்மையான வடிவம். ஒரு மொழியின் நுட்பங்களை அறிய கவனமும் கற்றுக்கொள்ளும் ஆர்வமும் அடிப்படையாக இருக்கின்றன. மாணவர்கள் செய்யும் சிறு பிழைகளும் தேடலை உருவாக்கிக் கொடுக்கின்றன. இணைந்த என்பதை இனைந்த என்று ஒரு குழந்தை எழுதினால் அதன் பொருள் என்ன என்று தேடுவது எனக்கு இயல்பாகிவிட்டது. (இனை-துன்பம்)

தமிழர்களுக்குத் தங்கள் மொழியின் மீது அறிவு சார்ந்த உறவை விட உணர்வுபூர்வமான உறவே வலிமையாக இருக்கிறது. அதனால்தான் உயிர் தியாகம் செய்திருக்கிறார்கள். திராவிடம் என்ற சொல்லில் இருந்து தமிழ் வந்தது- தமிழ் என்ற சொல்லில் இருந்து திராவிடம் வந்தது என்று ஹீராஸ் பாதிரியார் முதல் மகுடேஷ்வரன் வரை தொடர்ந்து விவாதித்துக் கொண்டே இருக்கிறார்கள்.

தமிழ்-> தமிழா-> தமிலா -> டிரமிலா -> ட்ரமிலா-> த்ரவிடா-> திராவிடா (ஹீராஸ்)

தமிழ் = தமிழம் = த்ரவிடம் = திராவிடம். (மகுடேஷ்வரன்)

மேலும் திராவிடம் என்ற சொல் குறித்து, இப்போது பலரும் பேசுகிறார்கள். அதை ஒரு வேண்டாத சொல்லாக கட்டமைக்கவும் சிலர் முயற்சி செய்கிறார்கள். இதற்குக் காரணம் கால்டுவெல் தான் திராவிடம் என்ற சொல்லை உருவாக்கினார் என்று ஒரு சித்திரம் கட்டமைக்கப்படுகிறது.

"தமிழ் மொழியின் பெயராலேயே இவ்வின மொழிகளைக் குறிப்பிடலாம். ஆனால், தமிழ் என்பது ஒரு குறிப்பிட்ட மொழியைக் குறிக்கும் சொல். பல்வேறு மொழிகளைக் கொண்ட குடும்பத்தைக் குறிக்க பிறிதொரு பெயரை அமைத்தல் சிறப்புடையது என்று பரிசீலித்து, திராவிடம் என்ற சொல்லைத் தேர்ந்தெடுத்தேன்", என திராவிட மொழிகளின் ஒப்பிலக்கணம் (1856) என்ற நூலில்

கால்டுவெல் குறிப்பிட்டுள்ளார். அப்படியெனில் திராவிடம் என்ற சொல்லை முதலில் பயன்படுத்தியது யார்?

கி.பி. ஏழாம் நூற்றாண்டில் வாழ்ந்த வடமொழி அறிஞர் குமரிலபட்டர் தென்னிந்திய மொழியினத்தைக் குறிக்க ஆந்திர - திராவிட பாஷா என்ற பெயரில் முதலில் பயன்படுத்தினார். இதிலும் திராவிட பாஷா என்ற தொடரே சரியென தெ.பொ.மீ வாதிடுகிறார். அப்படியானால் அச்சொல் எங்கே முதலில் வருகிறது. தென்னிந்திய நிலத்தையும் மக்களையும் குறிப்பிட மனுஷ்மிருதியில் திராவிடம் என்ற சொல் வருவதாக கால்டுவெல் குறிப்பிடுகிறார். தாகூரும் தென்னிந்திய நிலப்பகுதியையும் மக்களையும் குறிப்பிட திராவிடம் என்ற சொல்லை அப்பொருளிலேயே பயன்படுத்தியுள்ளார். இது குறித்த விவாதங்களை விட்டுவிட்டு நமது செவ்விலக்கியங்களை இலக்கணங்களை, சமகால இலக்கியங்களை உலகு முழுவதும் கொண்டு செல்லும் வேலையைச் செய்யலாம். தமிழின் செம்மையான இலக்கணத்தை எளிமையாகக் கற்க பயிற்சி கட்டகங்களை உருவாக்கலாம்.

சந்திப் பிழை நீக்க இலக்கணத்திற்குப் புறத்தே இருந்து நான் சொல்லும் வழிமுறைகள் மரபான இலக்கணங்களைப் பின்பற்றுபவர்களிடம் முரண்களை உருவாக்கும் என்பது எனக்குத் தெரியும், ஆனால் இதற்கான தேவை இருப்பதை யாராலும் மறுக்க முடியாது.

சுமதி மரத்தை நட்டாள்

மரம் சுமதியால் நடப்பட்டது.

மேற்கண்ட இரு தொடர்களும் ஆழமாகப் பார்த்தால் புதைநிலை அமைப்பில் ஒரே பொருளைத்தான் தருகின்றன. புறநிலை அமைப்பில் மட்டுமே வேறுபடுகின்றன. இப்படித்தான் மாற்றிலக்கணம் தொடரமைப்பை ஆராய்கிறது. புறச்சந்தி இலக்கணத்தையும் நாம் வெளியே இருந்து இப்படி பொருண்மை அடிப்படையில் அணுகலாம்.

ஏன், எங்கே, எப்பொழுது, எப்படி, யார், என்ன, ஆகிய கேள்விகளை அன்புத் தொண்டர்கள் ஆறு பேர் என்றார் புகழ்பெற்ற எழுத்தாளர் ருட்யார்டு கிப்ளிங். அந்தத் தொண்டர்களே வல்லினம் மிகும் இடங்களை அறிய உதவுகிறார்கள். அன்புத் தொண்டர் ஒருவரை முன் நிறுத்தி ஒரு கேள்வியைக் கேட்கப்போகிறோம். அந்தக் கேள்விக்கான பதில் கொடுக்கப்பட்ட அல்லது அடுத்தடுத்துவரும்

சொற்களின் சேர்க்கையாக இருக்கும் அவ்விடங்களில் ஒற்றுமிகும். இதுவே இப்பகுதியின் அடிப்படை அலகாக விளங்குகிறது.

என்ன?

பெயரும் பெயரும் சேர்ந்து அமைவது பெயர்த் தொகை எனப்படும். இரண்டு பெயர்ச்சொற்கள் அருகருகே வரும்போது முதல் பெயர்ச் சொல்லுக்குப் பதிலாய் "என்ன" என்ற வினாச் சொல்லை பதிலீடாக்கி வினா உருவாக்க வேண்டும் அதற்கான பதிலாக இரு சொற்களின் சேர்க்கை அமைந்தால் ஒற்றுமிகும்.

- சிவப்பு + சட்டை
- இதில் சிவப்பு என்ற சொல்லுக்குப் பதிலாக என்ன என்ற சொல்லை மாற்றி வினா உருவாக்கவும்.
- "என்ன சட்டை" என்ற கேள்வி உருவாகிறது.
- என்ன சட்டை என்ற கேள்விக்கு கொடுக்கப்பட்டுள்ள இரண்டு பெயர்ச்சொற்கள் சேர்ந்து "சிவப்பு சட்டை" என்ற பதிலாகிறது.
- கொடுக்கப்பட்ட இரு சொற்களின் சேர்க்கை வினாவுக்கான பதிலாக வந்தால் ஒற்றுமிகும் எனவே "சிவப்புச் சட்டை" என்று எழுத வேண்டும்.

அடுத்தடுத்து இரண்டு பெயர்ச்சொற்கள் வரும்போது இந்த முறையில் வல்லொற்று மிகுவதை எழுதலாம். பெயரைக் குறிக்கும் சொல் பெயர்ச் சொல் என்று கடந்துவிடுவது சரியாகாது. பெயர்ச்சொற்கள் ஆறு வகையில் இருக்கின்றன.

பொருட்பெயர் - அமிர்தம் சூர்யா, மனம், எண்ணம்

இடப் பெயர் – மைதானம், அம்பலம், மேடு, பள்ளம், நவலை, தருமபுரி, குறிஞ்சி, முல்லை, கறம்பு

காலப் பெயர் - பொழுது, மாதம், ஆண்டு, செவ்வாய்க்கிழமை, தை கார், யாமம், வைகறை, கார்த்திகை, அக்டோபர், திருவள்ளுவராண்டு

சினைப் பெயர் - பொருள்களின் உறுப்புகளைக் குறிக்கும் பெயர். உயர்திணைப் பெயர்களின் உறுப்புகளையும் அஃறிணைப் பெயர்களின் உறுப்புகளையும் குறிக்கும். கண், காது, கிளை, இலை, தண்டு.

ஒரு பொருளின் பண்பை உணர்த்தும் பெயர் பண்புப்பெயர். இது நிறம், சுவை, வடிவம், அளவு அடிப்படையில் வரும்.

நிறம் - வெண்மை, மாமை

சுவை - இனிப்பு, கார்ப்பு,

வடிவம் - வட்டம்

அளவு – ஒருமை அடக்கம் வளமை

தொழிற்பெயர் - ஏதேனும் ஒரு தொழிலை உணர்த்தும் பெயர். இதில் ஐ, கை, வை, கு, பு, உ, சி முதலிய விகுதிகளைப் பெற்று வரும் சொற்களின் பின் ஒற்று வரும்.

நடிப்பு போக்கு

நாடகம், வாழ்க்கை, காட்சி,

பெயர்த்தொகை என்று அழைக்கப்படும் பெயர்ச் சொற்கள் எப்படி சேருகின்றன என்று பார்ப்போம். இவ்விதிப்படி சேரும் இருபது வகையான ஒற்றுமிகும் இடங்கள் எந்தெந்த இலக்கண விதிப்படி சேர்ந்தன என்று கூடுதலாக விளக்கம் தேவைப்படுபவர்கள் நூலின் இறுதியில் பார்க்கவும்.

கறுப்பு+ பறை (என்ன பாறை) – கறுப்புப்பறை

பலா + பழம் (என்ன பழம்)- பலாப்பழம்

புலி + தோல் (என்ன தோல்)- புலித்தோல்

தண்ணீர் +பானை (என்ன பானை) - தண்ணீர்ப் பானை

விழா + கள் = விழாக்கள் (என்ன கள்?)

வினா + கள் = வினாக்கள்

<u>சொல்லின் இறுதி எழுத்து நெடிலுடன் கள் விகுதி சேரும்போது ஒற்றுமிகும் (ஐ வரிசை தவிர) கை+கள் = கைகள்: பை + கள் = பைகள்</u>

வடு + கள் = வடுக்கள் (என்ன கள்)

தெரு + கள் = தெருக்கள்

பசு + கள் = பசுக்கள்_

குறில் இணைந்த முற்றியலுகரச் சொல்-கள் விகுதியோடு சேரும்போது ஒற்றுமிகும். என்பது விதி

மேற்கண்ட கள் விகுதிகளில் வசதிக்காக மட்டுமே. கேள்வி கேட்டோம். கள் என்பது பன்மை விகுதி அது பெயர்ச்சொல் அன்று. இப்படி என்ன என்ற கேள்வியைக் கேட்பதன் வழியாக, இருபது ஒற்றுமிகும் விதிகளை எழுதி விடலாம். ஐயம் இருப்பவர்கள் கடைசியில் இருக்கும் பட்டியலைப் பார்த்துக்கொள்ளவும்.

தொல்காப்பியர், 'கள் விகுதி சேர்த்துக் கொள்ளும் இடமும் உண்டு' என்று கூறியிருப்பதை நோக்கும்போது, அவர் காலத்தில் கள் விகுதி சேர்க்காமலும் அஃறிணைப் பன்மை உணர்த்தப்பட்டது என்பதை அறிய முடிகிறது. கள் விகுதியோடு வாராத அஃறிணை இயற்பெயர்கள், அவை ஏற்று முடியும் விகுதிகளை வைத்து ஒருமை, பன்மை அறியலாம் என்கிறார் தொல்காப்பியர் (தொல். சொல். 169, 171) சங்ககாலத்தில் இருநிலைகளில் வந்த கள் விகுதி இடைக்காலத்தில் எல்லா இடங்களிலும் வரத்தொடங்கியது.

ஆ வந்தது (ஒருமை)

ஆ வந்தன (பன்மை) - ஆக்கள் வந்தன என்பது தற்போதைய வழக்கு.

மூன்று குறிப்புகள்

1. இரு சொற்கள் இவ்வாறு சேரும்போது சொல்லின் இறுதியில் உள்ள மெய் எழுத்து ம் ஆனது நீங்கிப் புணரும். (மவ்வீறு ஒற்றழிந்து உயிரீறு ஒப்பவும் என்பது இலக்கணம்)

வட்டம் + பாறை – வட்டப்பாறை

மரம் + சட்டம்- மரச்சட்டம்

நிலம் + கரி - நிலக்கரி

2. என்ன-வினா வழிமுறையில் ஒற்றுமிகும்படி எழுதும்போது விதிவிலக்கு உண்டு. இதுவும் அதுவும் என்பது போல எதிரிணைச் சொற்களாக அல்லது எதிர்ச் சொற்களாக வரும் சொற்களின் நடுவில் ஒற்று மிகாது. அவற்றை இலக்கணத்தில் உம்மைத்தொகை என்கிறோம்.

தாய் தந்தை - தாயும் தந்தையும்

இரவு பகல்- இரவும் பகலும் (இராப்பகல் மிகும்)

பிழை திருத்தம்- பிழையும் திருத்தமும்

வெற்றிலை பாக்கு - வெற்றிலையும் பாக்கும்

அக்கா தங்கை - அக்காவும் தங்கையும்

3. நிலைமொழி உயர்திணைப் பெயராக இருந்தால் ஒற்று மிகாது.

ராவணன்+காவியம்- இராவண காவியம்:

புது+காவியம்-புதுக் காவியம்

வெற்றி+செல்வன்- வெற்றி செல்வன்:

வெற்றி+படி- வெற்றிப் படி.

14

சிலர் வாழும் வாழ்க்கையை விவரிக்க
மொழியைப் பயன்படுத்துகிறார்கள்,
மற்றவர்கள் அவர்கள் வாழும் வாழ்க்கையை
உருவாக்க மொழியைப் பயன்படுத்துகிறார்கள்.

- ஸ்டீவ் சாண்ட்லர்

ஜப்பானிய ஹைக்கூவும் தமிழ் ஐக்குவும்

திராவிட மொழிகளில் மிகத் தொலைவில் இருக்கும் மொழி பிராகுயி மொழி ஆகும். இது முதலில் ஆப்கானிஸ்தானில் அறியப்பட்டது. யுனெஸ்கோவால் அழிந்து வரும் மொழியாகப் பட்டியலிடப்பட்டுள்ளது. இது தற்போது பாகிஸ்தானின் பலுசிஸ்தானில் மட்டுமே பேசப்படுகிறது. பிராகுயி மொழியில் இருக்கும் பல சொற்கள் தமிழிலும் மலையாளத்திலும் வழங்கும் சொற்களாக இருக்கின்றன. நீ, வா, கல், பால் போன்ற சொற்கள் அப்படியே வழங்குகின்றன. பல சொற்கள் சிறிது மாற்றத்துடன் இருக்கின்றன. பிராகுயி மொழி பற்றி பேராசிரியர் எமனோ, ஆராய்ந்து பல கட்டுரைகளை எழுதி வெளியிட்டுள்ளார். சிந்துவெளி பரவியுள்ள இடங்களில் ஆய்வு செய்த ஆர்.பாலகிருஷ்ணன் நூற்றுக்கணக்கான ஊர்ப் பெயர்கள் தமிழிலே இருக்கின்றன என்று கூறுகிறார்.

பிராகுயி வட திராவிட மொழி, ஆனால் தொடர்பே இல்லாத ஜப்பான் மொழியும் கொரிய மொழியும் தமிழின் பல சொற்களை அப்படியேயும் சிறிது மாற்றத்தோடும் வைத்திருப்பது எப்படி?. இவ்விரு மொழிகளின் தொடர் அமைப்பும் எழுவாய் + செயப்படுபொருள்+ பயனிலை SOV என்று தமிழை ஒத்திருக்கின்றன. உயிர்மெய் எழுத்துக்களின் பிறப்பும் தமிழை ஒத்திருக்கிறது. கொரிய உணவுகளும் சடங்குகளும் தமிழ்ப் பண்பாட்டை பெரிதும் ஒத்திருக்கின்றன. அங்குப் பாடப்படும் ஆராரோ ஆரிரரோ தாலாட்டுப்பாடல் கூட ஒரேமாதிரி இருக்கிறது (koriyan times). இதற்குக் காரணம் நெடுங்காலத்திற்கு முன்பு கொரிய அரசன் தமிழ்நாட்டின் இளவரசியைத் திருமணம் செய்து கொண்டதே ஆகும்.

ஜப்பானிய மொழியின் வரலாறு குறித்து பதினொரு புத்தகங்களை எழுதியுள்ள ஜப்பானிய மொழியியலாளர் சுசுமோ ஓனோ 1981 ஆம் ஆண்டில், ஜப்பானிய மொழி தென்னிந்திய மொழியான தமிழில் இருந்து தோன்றியிருக்கலாம் என்ற ஆய்வு கட்டுரையை முன்வைத்தார். அதில் ஜப்பானிய மொழியில் சுமார் நான்காயிரம் தமிழ்ச் சொற்கள் இருப்பதாகக் குறிப்பிட்டுள்ளார். இரட்டைக் கிளவி, எண் வரிசை போன்ற பதிமூன்று ஒற்றுமைகளை முன்வைத்தார். பல்லாயிரம் ஆண்டுகளுக்கு முன் உண்டான வலிமையான திருமணம் வாணிபம் போன்ற தொடர்புகளால் இந்த உறவு உருவாகி இருக்கலாம் என்று கருதுகின்றனர். இந்த மொழிகளின் தனித்த பண்பாட்டு இலக்கிய அடையாளமாக ஐக்கூ விளங்குவதைப் போல தமிழின் சந்தி விதிகளில் ஒரு ஐக்கு இருக்கிறது தெரியுமா?

நீல வானத்தில் இரண்டு பறவைகள் பறக்கின்றன அவற்றின் சிறகசைப்பு வானத்தில் எந்தச் சுவடையும் விட்டுச்செல்வதில்லை அப்படி விட்டுச்சென்றால் வானம் எப்படி இருக்கும் என்று யாராவது யோசித்துப் பார்த்திருக்கிறீர்களா? அந்த சுவடுகள் அழகு என்ற சொல்லுக்குப் பொருளாக இருக்கும் அல்லவா!

அப்படிப்பட்ட பறவைகளின் தடம் போல தமிழில் ஒற்றுமிகும் அழகான இரண்டு இடங்கள் உண்டு. அவற்றை தமிழ் ஐ-க்கு என்ற தலைப்பில் பார்க்கலாம். இந்த இரண்டு இடங்களை ஒற்று மிகுதலின் தலைமைச் சான்ற இடங்கள் என்று சொல்லாம். தமிழில் பெரும்பாலான தொடர்களில் ஒற்று மிகும் எழுத்துக்களாக இவை இருக்கின்றன.

இரண்டாம் வேற்றுமை உருபான ஐ என்பதற்கு ஓர் எழுத்து ஒரு மொழியாகத் தலைவன் என்று பொருள். இது வேற்றுமை உருபுகளின் தலைவனாக இருக்கிறது. இரண்டு பெயர்ச்சொற்கள் அடுத்தடுத்து வரும் போது எது செயப்படுபொருள் என்று ஒரு தொடரில் கலங்கரைவிளக்கு போல நின்று விளக்கம் தருகிறது.

ஒரு குழந்தை முதலில் பயன்படுத்துவது நான்காம் வேற்றுமை உருபு கு என்கிறார் டாக்டர் மு.வரதராசனார். ஓர் எழுத்து ஒரு மொழியாக "கு", என்பதற்குப் பூமி என்று பொருள்.

இந்த இரண்டு இடங்களில் ஒற்றுக்கள் எப்படி வரும் என்ற புரிதல் வந்துவிட்டாலே ஐம்பது விழுக்காடு ஒற்றுமிகும் இடத்தை அறிந்து கொண்டோம் என்று பொருள்.

“ஐ’’ என்பதை கூடுதல் விகுதி உருபாக சொல்லின் இறுதியில் ஏற்று வருகிற எந்த ஒரு பெயர்ச்சொல்லை அடுத்ததாக, எந்த வல்லின முதல் எழுத்துச் சொல் (கசதப) வந்தாலும், இடையில் வல்லொற்று மிகும். இதற்கு விதிவிலக்கே கிடையாது. கண்ணை மூடிக்கொண்டு, வல்லொற்றை எழுதலாம். இதற்குக் காரணம் இரண்டாம் வேற்றுமை விரியில் வலி மிகும் என்பதாகும்.

இரண்டாம் வேற்றுமை உருபு- ஐ - நிலைமொழியில் வெளிப்பட்டு வெளிப்படையாக நிற்கும். இது விரிவேற்றுமை எனப்படும்.

பொருளை + தந்தான் = பொருளைத் தந்தான்

பொருள்+ஐ

(ஐ-இரண்டாம் வேற்றுமை உருபு)

இதை எப்படி அறிந்துகொள்வது?

யாரை- எதை- எவற்றை என்ற கேள்விகளில் ஒன்றைக் கேட்குபோது ஐ விகுதியோடு கூடிய விடையாக வந்தால் ஒற்றுமிகும்.

கதிரவனை + கண்டேன் = கதிரவனைக் கண்டேன் (யாரைக் கண்டாய்?)

பசுவை + கட்டினான் = பசுவைக் கட்டினான் (எதைக் கட்டினான்?)

செய்யுளை + படி = செய்யுளைப் படி

கெட்டதை + செய்யாதே = கெட்டதைச் செய்யாதே

<u>பொருள் மயங்கும் இடங்களில் கவனமாக இருக்கவும்</u>

வேலை கேட்டேன்- என்பதில் வேலை - என்பது எதைக் குறிக்கிறது என்பதில் கவனமாக இருக்கவும்.

“கு” / க்கு” என்பதை விகுதி உருபாக சொல்லின் இறுதியில் ஏற்று வருகிற எந்த ஒரு பெயர்ச்சொல்லை அடுத்து எந்த வல்லின முதல் எழுத்துச் சொல் (கசதப) வந்தாலும், இடையில் வல்லொற்று மிகும். இதற்கு விதிவிலக்கே கிடையாது. கண்ணை மூடிக்கொண்டு, வல்லொற்றை எழுதலாம். இதற்குக் காரணம் நான்காம் வேற்றுமை விரியில் வலி மிகும் என்பதாகும்.

நான்காம் வேற்றுமை உருபு- கு - நிலைமொழியில் வெளிப்பட்டு (விரிந்து) நிற்கும்.

நாட்டுக்கு + சேவை செய் = நாட்டுக்குச் சேவை செய்

நாட்டு+(க்) கு

கு-நான்காம் வேற்றுமை உருபு

இதை எப்படி அறிந்துகொள்வது?

யாருக்கு, எதற்கு, எங்கே என்ற வினாவிற்கு கு/க்கு விகுதியோடு விடையாக அமைந்தால் ஒற்றுமிகும்

வீட்டுக்கு + போனான் = வீட்டுக்குப் போனான்

அறிஞருக்கு + பொன்னாடை = அறிஞருக்குப் பொன்னாடை

பெண்ணுக்கு + கொடுத்தான் = பெண்ணுக்குக் கொடுத்தான்

அவனுக்கு + தெரியும் = அவனுக்குத் தெரியும்

சில நேரங்களில் வருமொழியான இரண்டாவது பகுதி கட்டளை இடும் ஏவல் பகுதியாகவும் வரும். அவ்வாறான இடங்களில் குழப்பமடையாமல் நிலைமொழியான முதல் சொல்லின் இலக்கண விதியைக் கவனித்து செயல்பட வேண்டும்.

கடைக்கு + போ = கடைக்குப் போ

வீட்டுக்கு + போ = வீட்டுக்குப் போ

சொற்களின் வேற்றுமை உருபு கு/க்கு விகுதியைத் தனியாகப் பிரித்தாலும் அந்தச் சொல் அப்படியே இருக்க வேண்டும் என்பதை கவனத்தில் கொள்க.

விறகு, என்பது விறகுக்கு என வரும்போது மட்டுமே ஒற்று மிகும், வேற்றுமை உருபாக கு/க்கு என்று வரும்போது மட்டுமே ஒற்றுமிகும்.

மேற்கண்ட ஐ, கு ஆகிய இரண்டு வேற்றுமை உருபுகளே தமிழில் அதிகம் பயன்படும் வேற்றுமை உருபுகளாகும். இவை இரண்டும் தமிழின் தொடர் அமைப்பில் பொருளை நிலைநிறுத்துவதில் பெரும் பங்குவகிக்கின்றன.

15

இலக்கணம் நான் காதில் வாசிக்கும் பியானோ.
இலக்கணத்தைப் பற்றி
எனக்குத் தெரிந்ததெல்லாம்
அதன் ஆற்றல் மட்டுமே.

- ஜோன் டிடியன்

தொழில்நுட்ப வளர்ச்சி உலகத்தைப் பல தெருக்கள் அடங்கிய ஒரு பேரூராக மாற்றிவிட்டது. அவ்வளர்ச்சி ஒரு மொழியின் ஆயுளை நீட்டிக்கக் கூடியதாகவும் அழிவைத் தடுக்கக் கூடியதாகவும் மாறியுள்ளது. தனித்த அச்சு வடிவம் ஏதும் இல்லாத மொழிகள் அவை புழங்கும் இடத்தில் இருக்கும் மொழியின் துணையோடு இலக்கியங்களையும் இலக்கணங்களையும் உருவாக்கி உள்ளன. அதனால் மொழியைத் தொடர்ந்து உயிர்ப்பித்து பாதுகாக்கும் தன்மையைப் பெற்றிருக்கின்றன.

கேரளத்தின் பழங்குடி மொழியில் எழுதப்பட்ட கவிதைகள் மலையாள எழுத்தில் புத்தகமாக வந்துள்ளன. அதனை எழுத்தாளர் நிர்மால்யா தமிழில் மொழிபெயர்த்துள்ளார். உலகெங்கும் உள்ள மக்கள் பிற மொழிகளை செயலிகளின் மூலம் உடனே மொழிபெயர்த்துக்கொள்ளும் வசதிகள் வந்துவிட்டன. அது மட்டுமல்லாமல் உலகத்தில் எந்த மொழியையும் இருக்கும் இடத்திலிருந்து கற்றுக்கொள்ளும் Duolingo போன்ற செயலிகளும் வந்து விட்டன. இப்படியான வசதிகள் வந்து விட்ட காலத்தில் மொழியின் சின்ன சின்ன இலக்கண இலக்கிய நுட்பங்களைக் கற்றுக்கொள்ள பல்வேறு கருவிகள் / கட்டகங்கள் தேவைப்படுகின்றன. பள்ளித் தேர்வுகளில் தமிழ்ப் பாடத்திற்கான முக்கியத்துவம் குறைந்துவிட்ட இக்காலத்தில் இலக்கணத்தைப் படிக்க ஆரம்பநிலை முதல் உயர் படிப்பு வரை உள்ள எல்லோருக்கும் படிநிலைகளுடன் கூடிய பயிற்சி கட்டககங்கள் உருவாக்க வேண்டும்.

ஆங்கிலம் ரஷ்யன் ஸ்பானிஷ் உள்ளிட்ட பல உலக மொழிகளில் மரபார்ந்த இலக்கியங்களிலும் சம கால இலக்கியங்களிலும் உள்ள

வாசிப்பு அறிவைச் சோதிக்க வினாடி வினா போன்ற விதவிதமான கட்டகங்கள் உள்ளன. தமிழில் இதுபோன்ற எதுவுமே இல்லை. விஷ்ணுபுரம் விருது விழாவில் முதல் நாள் இரவில் சமகால இலக்கியம் சார்ந்து கலகலப்பான வினாடிவினா நிகழ்வு நடக்கிறது. அந்நிகழ்வு மட்டுமே குறிப்பிடும் படியாக இருக்கிறது. மாறுபட்ட கோணங்களில் இலக்கணங்களையும் இலக்கியங்களையும் அடுத்த தலைமுறைக்கு எடுத்துச் செல்ல வேண்டும். தூய்மை வாதம் என்பது இனிவரும் காலங்களில் மதிப்பிழக்கும்.

ட்டு-த்து-ற்று-வாய்ப்பாடு

எளிமையாகச் சந்தியிட்டு எழுதுவதற்கு வாய்ப்பாட்டு முறையைப் பயன்படுத்தலாம் என்கிறார் புலவர் ந.தெய்வசுந்தரம். "த்து" "ட்டு" "ற்று" "இ" "ய்" என்ற விகுதிகள் இடம்பெறும் சொற்களின் பின்னே கட்டாயம் நாம் ஒற்றுமிக எழுதவேண்டும். இதை "செய்து" வாய்ப்பாட்டு வினையெச்ச விகுதிகள் என்கிறோம். ஒரே இலக்கண இயல்புடைய நூற்றுக்கணக்கான சொற்களைக் குறிக்க, குறியீடாகப் பயன்படும் சொல்லினை வாய்ப்பாட்டுச் சொல் என்கிறோம் என்று இலக்கண கலைக்களஞ்சியம் நூலில் டாக்டர் பொற்கோ கூறுகிறார்.

ட்டு-ற்று விதி

ட, ற ஒற்று இரட்டிக்கும் உயிர், நெடில் தொடர்க் குற்றியலுகரங்களின் பின் வல்லினம் மிகும்.

ஆடு + பட்டி = ஆட்டுப்பட்டி

நாடு + பற்று = நாட்டுப்பற்று

வாய்ப்பாட்டின்படி இனி காணலாம்

ஆட்டுத் தலை, காட்டுப் பூனை

எழுத்துப் பேறு, கழுத்துப் புண்

ஆற்றுப் பெருக்கு, வயிற்றுப்பாடு

சொல்லுருபுகளிலும் இவ்வாய்ப்பாட்டின்படி ஒற்றுமிகும்.

விட்டு - மனைவியை விட்டுப் பிரிந்தவன் மகிழ்கிறான்.

பொருட்டு - உடல்நிலையின் பொருட்டுச் சிகிச்சை எடுத்தான்.

வைத்து - பொடி வைத்துப் பேசினான்.

பொறுத்து - இருக்கும் நேரத்தைப் பொறுத்துத் திட்டமிடலாம்.

ஓடி + போனான் = ஓடிப் போனான் (ஓடி->ட்+இஇகர ஈறு)

நான் போய்ப் பார்த்தேன் (போ+ய் -> ஈறு)

அகரம் இகரம் ஈற்றில் சிகரம்

இகர ஈற்று, அகர ஈற்று வினையெச்சங்களின் பின் வல்லினம் மிகும்.

வர + செய்து = வரச் செய்து (வர->ர்+அ-->அகர ஈறு)

தர + தகும் = தரத் தகும் (தர->ர்+அ-->அகர ஈறு)

ஓடி + போனான் ஓடிப் போனான் (ஓடி->ட்+இ-->இகர ஈறு)

கூடி+பேசவும் = கூடிப் பேசவும் (கூடி-> ட்+இ-->இகர ஈறு)

ஓடாத, பாடாத விழாத - போன்ற எதிர்மறைச் சொற்கள் இறுதி எழுத்துக்கள் நீங்கி ஈறுகெட்ட எதிர்மறைப் பெயரெச்சமாக வரும்போது ஒற்றுமிகும்.

ஓடாத - ஓடா ->ஓடாக்குதிரை

கூவாத - கூவா ->கூவாக் குயில்

செல்லாக்காசு, வலையாச் செங்கோல், அழியாப்புகழ், ஓயாத் தொல்லை

எண்களில் எட்டு, பத்து மட்டும் இருபதுபோல, அரை, பாதி ஆகியவற்றின் பின் மட்டும் வல்லினம் மிகும்.

எட்டுத்தொகை, பத்துப்பாட்டு, அரைக்காசு, பாதிப்பணம்

திசைப் பெயர்களின்பின் ஒற்றுமிகும்.

கிழக்குப் பகுதி, வடக்குப் பக்கம்

<u>குறிப்பு: அடுக்குத் தொடர், இரட்டைக் கிளவி இவற்றில் சொற்களுக்கிடையில் ஒற்றுமிகாது, ஆனால் அடுக்குத் தொடர் முடியும் இடத்தில் ஒற்றுமிகும்</u>

பழங்கள் கொத்து <u>கொத்தாகப்</u> பழுத்துள்ளன.

வெள்ளம் *சலசல* என ஓடியது.

<u>குறிப்பு: சொற்களுக்குள்ளே "ற்", ட் ஆகிய எழுத்துகளுககுப் பிறகு இன்னொரு மெய்யெழுத்து வராது.</u>

<u>அதற்</u> க் கு / மு <u>ட்க்</u> கள் என்று எழுதுவது தவறாகும்.

மிகும்

அ இ எ

அந்த இந்த எந்த

அங்கு இங்கு எங்கு (எழுவாய்த்தொடரில் மிகாது

அப்படி இப்படி எப்படி

ஆங்கு ஈங்கு யாங்கு

ஆண்டு ஈண்டு யாண்டு (ஆண்டு இடப்பெயராகும்போது மிகும்)

அவ்வகை இவ்வகை எவ்வகை

அத்துணை இத்துணை எத்துணை-

மிகாது

ஆ ஏ ஓ

அது இது எது யாது

அவை இவை எவை

அன்று இன்று என்று

அத்தனை இத்தனை எத்தனை

அவ்வாறு இவ்வாறு எவ்வாறு

அவ்வளவு இவ்வளவு எவ்வளவு

விதிவிலக்கு

அங்கு, இங்கு, எங்கு ஆகியவற்றில் பொதுவாக ஒற்றுமிகாமல் எழுதலாம்.

தனிச்சொற்கள் பின் ஒற்றுமிகுதல்

வள்ளலாரின் தனித்திரு விழித்திரு பசித்திரு என்ற வாக்கு போல சந்தி மிகும் இடங்களில் சில தனித்திருக்கும் சொற்களும் இருக்கின்றன. இந்தச் சொற்களிடம் விழிப்பாய் இருங்கள். இந்தச் சொற்களை நினைவில் நிறுத்துவதற்குப் பசித்திருங்கள். இச்சொற்களை நினைவில் நிறுத்த வலிந்து ஏதாவது சொல்லக்கூடாது என்பதால் அந்தச் சொற்களைத் தொகுத்துத் தந்திருக்கிறேன். மனப்பாடம் செய்துகொள்ளுங்கள் நண்பர்களே!

கூட, விட மிக, ஆக, போல, நோக்க, ஆர, இடை, கீழ், மெல்ல, உரக்க, நிரம்ப, நிறைய, முன்னர், பின்னர், சால, தட, தவ, குழ, ஆய், போய், அன்றி, இன்றி, சுற்றி, வேண்டி, ஒட்டி, என, மற்று, மற்றை, எல்லா, அனைத்து, அரை, பாதி, தனி, இனி, நடு, பொது, அணு, முழு, திரு

- கூட - கூடக்கொடு
- விட - (கத்தியை) விடக் கூர்மை
- மிக - மிகப் பெரிய மகான்
- ஆக - முதல்வர் அன்பாகப் பேசினார்
- போல - சிங்கம் போலச் சீறினான்.

இலக்கண விதிகளின்படி சந்தி வர வேண்டும் என்றாலும் சில இடங்களில் கசதப மிகுந்து எழுதுவதைத் தவிர்க்க வேண்டும். நிறுத்தற்குறிகள் சந்தி விதிகளில் பெரிய மாற்றத்தை ஏற்படுத்தி இருக்கின்றன. குறியிடும் இடங்களில் ஒற்று மிகும்படி எழுதக்கூடாது. இது நமது இலக்கணத்தின் நெகிழ்வுத் தன்மைக்குச் சான்றாகும். இந்த நெகிழ்வு பண்பினால் பல ஆயிரம் ஆண்டுகள் கடந்தாலும் தமிழ் உலகை ஆளும்.

உயர்திணை பெயர்களின் இடையில் மிகாது.

சீத்தலை சாத்தனார்

நிறுத்தல் குறிகளுக்கு முன்பு மிகாது.

பச்சை, சட்டையினை, கடித்த, சிங்கம் ஆகிய சொற்கள் தனிமொழி ஆகும். இதில் நிறுத்தற்குறி இருக்கிறது எனவே அதன் பின்னால் வலி மிகாது.

<u>பச்சைச் சட்டையைக் கடித்த சிங்கம்</u>- இதில் ஒற்று மிகுந்து வர வேண்டும், ஏனெனில் இது ஒரு தொடராகும்.

அடைப்புக் குறிகளுக்கு முன்பு மிகாது.

எனக்கு அவரை___ (பாடலாசிரியராக...)

அடைப்புக் குறிகளுக்கு உள்ளே மிகாது.

அவரை (பாடலாசிரியராக ___) தெரியாது.

சுருக்கப் பெயர்களுக்கு முன்பு மிகாது.

மின்னிணைப்பை___தமிவா (தமிழ்நாடு மின்சார வாரியம்) தருகிறது.

மேற்கோள் குறிக்கு முன்பு மிகாது

இதனை___ 'தினத்தந்தி'யில் பார்த்தேன்.

நிறுத்தல் குறிகளை அடுத்து ஒற்று மிகாது.

ஒரு வரி முறியும் போது வலிமிகுந்து எழுதுவதில்லை. <u>முத்தச் சந்தம்</u> என்பதை ஒன்றன் கீழ் ஒன்றாக வரி முறித்து எழுதும்போது ஒற்று மிகாது. பொதுவாக தலைப்புகள் இப்படி அமைகின்றன.

முத்த

சந்தம்

16

> வார்த்தைகள் என்னைச் சுற்றி
> புகை வளையங்கள் போல்
> சுருண்டு கிடப்பதைப் பார்க்க முடியாதபோது
> நான் இருளில் இருக்கிறேன்.
>
> - வர்ஜீனியா வூல்ஃப்

தொல்காப்பியர் குறிப்பிடும் நடிகை யார்?

நான் அடிக்கடி படிக்கும் நூல்கள் தொல்காப்பியம், திருக்குறள், கம்பராமாயணம், கலிங்கத்துப்பரணி. இவற்றில் எதைப் படித்தாலும் ஒவ்வொரு முறையும் எனக்கு ஒரு இனிப்புத்துண்டு கிடைத்துவிடுகிறது. சிலர் திருக்குறளை அதன் அளவு கருதி குறைத்து மதிப்பிடுகிறார்கள் அது சரியல்ல. ராவ்சாகேப் கு.தண்டபாணி அவர்கள் அகர முதல என்னும் குறளுக்கு முதல் குறள் உவமை என்று தலைப்பில் 216 பக்க அளவில் உரை எழுதியுள்ளார். பன்மொழிப் புலவர் அப்பாதுரை முதல் எட்டு அதிகாரங்களுக்கு 1812 பக்கங்களில் விளக்கம் எழுதியுள்ளார் எனில் குறளின் பெருமை விளங்கும்.

> ஊடிய வரை உணராமை வாடிய
> வள்ளி முதலரிந் தற்று. (1304)

இக்குறளைப் படித்துப் பாருங்கள் 23 எழுத்துகள் மட்டுமே உள்ளன. இக்குறளைச் சின்ன அதிசயம் என்று சொல்லலாம் இல்லையா! 23 எழுத்துகளில் ஒரு உவமையோடு ஒரு காதல் பாடலை யாரால் எழுத முடியும்? வள்ளி என்பதன் பொருளைக் கவனியுங்கள். முருகனின் காதலையும் இதிலுள்ள காதலையும் ஒப்பிட்டு பாருங்கள்.

தொல்காப்பியமும் அப்படித்தான் ஒவ்வொரு முறை படிக்கும்போதும் எனக்கு எப்போதும் ஒரு இனிப்புத்துண்டைத் தரும். தொல்காப்பியத்தில் என்மனார் புலவர் என்று எழுபதுக்கும் மேற்பட்ட இடங்களில் வருகின்றன. அப்படியெனில் அப்புலவர்கள் எழுதிய நூல்கள் எத்தனை இருந்திருக்கும் என்று வருத்தப்பட்டு

தொல்காப்பியத்தைப் புரட்டியபோது நடிகை "தபு" வந்தாள். (சிரிக்காதீர் சும்மா விளையாட்டுக்குத்தான்)

பு என்ற உகரம் சேர்ந்துவரும் ஒரே முற்றியலுகரச் சொல் "தபு" ஆகும் (தொல். 76). தபு என்ற இந்தச் சொல் எதிரெதிர் நிலையில் இருபொருள் தருகிற அதிசயம் கொண்டது! தான் சாதலாகிய தன்வினைப் பொருளையும், பிறிதொன்றினைச் சாகச்செய்தல் (நீ தபு) என்னும் பிறவினைப் பொருளிலும் வருகிறது. இது பெயர்ச்சொல் அல்ல. இந்த நயத்தை விளையாட்டாக நண்பனிடம் சொல்லி மகிழ்ந்தேன். அவனோ Cow என்பது தமிழ்ச் சொல் என்று ஒரு அதிர்ச்சியைத் தந்தான்.

உங்களைப் போலவே நானும் நம்பவில்லை. கௌ என்றால் வாயில் பிடித்தல் என்று பொருள். மாடு வாயில் பிடித்து சாப்பிடுகிறது என்ற பொருளில் Cow என்ற பெயர் வந்தது என்றான். இப்படி பொருள் கொண்டால் பல விலங்குகளுக்கும் Cow என்பது பொதுப்பெயராகிவிடும் அல்லவா! நான் மட்டும் சும்மா இருக்க முடியுமா? Quote என்பதே தமிழ்ச் சொல் என்றேன்! அவன் கேலியாகச் சிரித்தான்.

தொல்காப்பியத்தின் 32 சூத்திர உத்திகளில் "பிறன் கோட் கூறல்" (தொல்.1610) என்று ஒரு உத்தி உள்ளது. இதில் உள்ள கோட் என்பதற்குக் கோள் (மேற்கோள்) என்று பொருள். அதாவது பிற ஆசிரியர் கூறிய கருத்துகளைத் தாமும் உடன்பட்டு அவற்றைத் தான் கூறவந்ததற்குப் பொருத்தமுற எடுத்து ஆளுதல். Quote என்ற ஆங்கிலச் சொல்லின் பொருளும் இதேதான். ஒருவருடைய கூற்றை, எழுத்தை அப்படியே திரும்ப எழுதுதல், எடுத்தாளுதல் என்ற பொருளில் வருகிறது. தமிழ்ச் சொல்லும் ஆங்கில சொல்லும் அச்சு அசலாக இருப்பது அதிசயம்தானே.

கோள்->கோட்-> Quote

ஆனால் Quote என்பதன் வேர்ச்சொல் இலத்தின் என்கிறது மரியம் வெப்ஸ்டர் அகராதி. எந்த மொழியாக இருந்தால் என்ன? நமக்கு ஒரு மொழி விளையாட்டு கிடைத்ததே! இப்படியான மொழி நயங்கள் தமிழில் கொட்டி கிடக்கின்றன. அப்படியான சின்ன சின்ன நயங்களை நூலாக்கும் காலம் வெகு தூரத்தில் இல்லை, காத்திருங்கள்! நண்பர்களே!.

நண்பர்களே! வல்லினம் மிகும் இடங்களில் அடுத்தடுத்து இரு பெயர்ச்சொற்கள் வரும்போது என்ன என்ற கேள்வி கேட்கலாம் என்று சொல்லியிருந்தேன் அல்லவா! அதில் அடங்கும் இருபது ஒற்றுமிகும் விதிகளை இனி அறிந்துகொள்ளுங்கள்.

1. பண்புத் தொகையில் வல்லினம் மிகும்.

   ஏதேனும் உருபு மறைந்து வருவதைத் தொகை என்கிறோம்.

   இரண்டு சொற்கள் சேரும்போது பண்பு உருபுகள் ஆன, ஆகிய என்பவை மறைந்து வருவதற்குப் பண்புத்தொகை என்று பெயர்.

   அருமை + பாட்டு = அருமைப் பாட்டு (அருமையான பாட்டு- என்பது பொருள்)

   வட்டம் + பறை = வட்டப்பறை (வட்டமான பாறை)

2. இரு பெயரொட்டுப் பண்புத் தொகையில் வல்லினம் மிகும்.

   முதலில் சிறப்புப் பெயரும் அடுத்ததாகப் பொதுப் பெயரும் வந்தால் இருபெயர்களுக்கும் இடையில் ஆகிய என்ற பண்பு உருபு மறைந்து வருகிறது.

   முல்லை – சிறப்புப்பெயர்

   காடு- பொதுப்பெயர்

   முல்லை + காடு = முல்லைக் காடு (முல்லை ஆகிய காடு என்பது பொருள்)

   முருங்கை + காய் = முருங்கைக் காய்

3. உவமைத் தொகையில் வல்லினம் மிகும்.

   இரண்டு சொற்களுக்கு இடையில் உவம உருபு மறைந்து வருவது உவமைத்தொகை எனப்படும். போல போன்ற ஒப்ப ஆகியவை உவம உருபுகளில் சிலவாகும்.

   முத்து + பற்கள் = முத்துப் பற்கள் (முத்து போன்ற பற்கள் என்பது பொருள், போன்ற என்ற சொல் மறைந்து வந்ததால் உவமைத்தொகை ஆனது.

   மலர் + கண் = மலர்க்கண்

4. தனிக் குற்றெழுத்தை அடுத்துவரும் ஆகாரத்தின் பின் வல்லினம் மிகும்.

இரண்டு எழுத்துச் சொற்களில் முதல் எழுத்து குறிலாகவும் அடுத்துவருவது நெடிலாகவும் இருக்கும்போது ஒற்றுமிகும்.

ப-தனிக் குற்றெழுத்து

லா (ல்+ ஆ) அடுத்துவரும் ஆகரம்

பலா + பழம் = பலாப் பழம்

வினா + கேட்டு = வினாக் கேட்டு

5. உருவகங்களின் பின் வல்லினம் மிகும்.

உவமையாக உள்ள பொருளுக்கும் உவமிக்கப்படும் பொருளுக்கும் வேறுபாடு தோன்றாமல் இரண்டும் ஒன்று என்று தோன்றும்படி இரண்டையும் ஒற்றுமை படுத்துவது உருவகம்

இது உவமையின் மறுதலை என்று சொல்லப்படுகிறது

வாய்+பவளம்=வாய்ப்பவளம்

தமிழ் + தாய் = தமிழ்த் தாய்

6. ஓரெழுத்து ஒரு மொழியின் பின் 'கள்' விகுதி சேரும்போது வல்லினம் மிகும். ஐகார வரிசைக்குப் பொருந்தாது.

ஆக்கள், மாக்கள், பைகள்

7. 'குறில் + நெடில்' இணையாய் வரும் ஆகார ஈற்று நிரையசைச் சொற்களின் பின் 'கள்' விகுதி சேரும்போது வல்லினம் மிகும்.

விழா+கள் = விழாக்கள்

8. உகர ஈற்றில் முடியும் 'குறில் + குறில்' இணைந்த நிரையசைச் சொற்களின் பின் 'கள்' விகுதி சேரும்போது வல்லினம் மிகும்.

வடு- இரு குறில் இணைந்த நிரை அசை

வடு + கள் = வடுக்கள்

கொலுசுகள்- போன்ற மூன்று அசைச்சொற்களில் ஒற்றுமிகாது..

9. முற்றியலுகரத்தினை அடுத்து வல்லினம் மிகும்.

தனிக் குறிலை அடுத்து வரும் எல்லா உகரமும், இரண்டு எழுத்துகளை அடுத்து வரும் கு, சு, டு, து, பு, று அல்லாத மற்ற உகரமும் முற்றிய உகரங்கள் ஆகும்.

முற்றியலுகரம் என்பது முழுமையாக மாத்திரை அளவில் ஒலிப்பது ஆகும்.

பொது + பார்வை = பொதுப் பார்வை

10. ஓரெழுத்து ஒரு மொழிக்குப் பின் வல்லினம் மிகும்.

ஈ + கால் = ஈக்கால்

பூ + பறித்தான் = பூப் பறித்தான்.

கை + பேசி = கைப்பேசி

11. ஆறாம் வேற்றுமைத் தொகையில் வல்லினம் மிகும்

புலி + தோல் = புலித்தோல்

புலியினது தோல். 'அது' என்னும் ஆறாம் வேற்றுமை உருபு மறைந்து வந்துள்ளது.

ஆறாம் வேற்றுமைத் தொகையில் நிலைமொழி அஃறிணையாக இருந்தால் மட்டுமே வலி மிகும். நிலைமொழி உயர்திணையாக இருந்தால் வலி மிகாது.

சான்றோர் + பேரவை = சான்றோர் பேரவை

புலவர் + கூட்டம் = புலவர் கூட்டம்

மறவர் + குடில் = மறவர் குடில்

உடன் தொக்க தொகையில் ஒற்று

ஆறாம் வேற்றுமையில் உருபும் பயனும் உடன்தொக்க தொகையில் மட்டும் வல்லினம் மிகாது.

மற்ற 2, 3, 4, 5, 7 வேற்றுமைகளில் உருபும் பயனும் உடன் தொக்க தொகைகளில் வல்லினம் மிகும்.

<u>உடன் தொக்கத் தொகை என்பது ஒரு வேற்றுமை உருபும் ஒரு வினைச் சொல்லும் மறைந்து வருவது ஆகும்</u>

12. இரண்டாம் வேற்றுமை உருபும் பயனும் உடன் தொக்க தொகையில் வரும் வலி மிகும்.

இது கருவிப்பொருள் வேற்றுமை எனப்படும்.

கஞ்சி + தொட்டி = கஞ்சித் தொட்டி (கஞ்சியை ஊற்றி வைத்திருக்கும் தொட்டி

கஞ்சி + ஐ (2ஆம் வே.உருபு)

கஞ்சி --> கஞ்சியை --> ஐ --> மறைந்துள்ளது எனவே 2ஆம் வேற்றுமைத்தொகை

ஊற்றி வைத்திருக்கும்-என்ற பொருளும் உள்ளே மறைந்துளது - உடன் தொக்கியது.

13. மூன்றாம் வேற்றுமை உருபும் பயனும் உடன் தொக்க தொகையில் வல்லினம் மிகும்.

இது கருவி வேற்றுமை எனப்படும்

வெள்ளி + பணம் = வெள்ளிப் பணம் (வெள்ளியால் செய்த பணம்.)

உருபு - ஆல்

பயன்- செய்த

14. நான்காம் வேற்றுமை உருபும் பயனும் உடன் தொக்க தொகையில் வல்லினம் மிகும்.

இது கோடல் பொருள் வேற்றுமை எனப்படும். கோடல் என்றால் கொடுப்பதை ஏற்றுக்கொள்ளுதல் என்பதாகும்.

நான்காம் வேற்றுமை உருபு - கு மறைந்துவருவது நான்காம் வேற்றுமை தொகை ஆகும்

குழந்தை + பால் = குழந்தைப் பால் (குழந்தைக்குக் கொடுக்கும் பால்)

பாலின் பயனைக் குறிக்கும் சொல்லும் (கொடுக்கும்) மறைந்து வந்தது எனவே வேற்றுமை உருபும் பயனும் உடன் மறைந்து வந்துள்ளது.

15. ஐந்தாம் வேற்றுமை உருபும் பயனும் உடன் தொக்க தொகையில் வல்லினம் மிகும்.

இது நீங்கல் பொருள் வேற்றுமை எனப்படும்

ஐந்தாம் வேற்றுமை உருபு - இருந்து, அதாவது நீங்கல் பொருளில் வரும் என்று அறிக.

நிலம் + கரி = நிலக்கரி (நிலத்தில் இருந்து எடுக்கும் கரி)

இருந்து என்ற உருபு மறைந்துள்ளது எடுக்கும்-என்ற சொல்லும் (பயனும்) மறைந்துள்ளது. எனவே ஐந்தாம் வேற்றுமை உருபும் பயனும் உடன் தொக்க தொகை ஆகும்.

ஆறாம் வேற்றுமை உரிமைப் பொருள் வேற்றுமை எனப்படும்

16. ஏழாம் வேற்றுமையை இடப்பொருள் என்று வேற்றுமை அழைக்கிறோம். அதாவது தொழில் அல்லது வினை நிகழும் இடத்தைக் குறிக்கிறது. இடத்தோடு காலத்தையும் குறிப்பிடும். ஏழாம் உருபும் பயனும் உடன் தொக்க தொகையில் வல்லினம் மிகும். இப்போது கண் உருபு பயன்படுத்தப்படுவதில்லை, இல் உருபே பயன்படுகிறது

மலை + கள்ளன் = மலைக் கள்ளன் (மலையின்கண் உள்ள கள்ளன்)

மதுரை+கோயில் = மதுரைக்கோயில் (மதுரையில் உள்ள கோயில்)

17. மென்தொடர்க் குற்றியலுகரத்தின் பின் வல்லெழுத்தை முதலாவதாகக் கொண்ட பெயர்ச் சொற்கள் வந்து புணரும்போது வல்லினம் மிகும்.

நண்டு + கூட்டம் = நண்டுக் கூட்டம்

நண்+டு = நண்டு (ண் - மெல்லின எழுத்து)

18. நிலைமொழி ஈற்றில் 'ய், ர், ழ்' என்னும் மெய்களுள் ஒன்று நின்று, வல்லெழுத்தில் தொடங்கும் பெயர்ச்சொல் வருமொழியாய்

வந்தால், இடையில் வருமொழி முதல் வல்லொற்று மிகும். நிலைமொழி அஃறிணையாக இருத்தல் வேண்டும்.

ஊர் + தலைவர் = ஊர்த் தலைவர்

நாய் + குட்டி = நாய்க் குட்டி

தயிர் + குழம்பு = தயிர்க் குழம்பு

19. வன்தொடர்க் குற்றியலுகரச் சொற்களுக்குப் பின் வல்லெழுத்தை முதலாவதாகக் கொண்ட பெயர்ச் சொற்கள் புணரும்போது வல்லினம் மிகும். சில மென்தொடர், உயிர்த்தொடர் குற்றியலுகரங்களின் பின்னாலும் ஒற்றுமிகும்.

கொக்கு + கால் = கொக்குக் கால்

மாடு + தோல் = மாட்டுத் தோல்

கு என்ற குற்றியலுகர எழுத்துக்கு முன்பு, க் என்ற வல்லினம் வந்ததால் வல்லினம் தொடர்ந்து வந்த -> வன் தொடர் குற்றியலுகரம் என்றாயிற்று மற்ற குற்றியலுகரங்களும் இப்படியே பெயர் பெரும்.

குரங்கு+குட்டி = குரங்குக் குட்டி (மென்தொடர்க் குற்றியலுகரம்)

ஒற்று மிகவில்லை என்றால் குரங்கும் குட்டியும் என்று உம்மைத்தொகை ஆகிவிடும்

முதுகு +தண்டு = முதுகுத்தண்டு (உயிர்த்தொடர்க் குற்றியலுகரம்)

20. உயிரீற்று சொற்களின் பின் வல்லினம் மிகும்

மழை+காலம்= மழைக்காலம்

பனி + துளி = பனித்துளி

மழை என்பதில் "ழை" என்பது நிலைமொழி ஈறு அதை பிரித்தால் ழ் + ஐ என்று வரும் ஆதலால் இதை உயிரீற்று சொல் என்கிறோம்

கூட, விட மிக, ஆக, போல, நோக்க, ஆர, இடை, கீழ், மெல்ல, உரக்க, நிரம்ப, நிறைய, முன்னர், பின்னர், சால, தட, தவ, குழ, ஆய், போய், அன்றி, இன்றி, சுற்றி, வேண்டி, ஒட்டி, என, மற்று, மற்றை, எல்லா, அனைத்து, அரை, பாதி, தனி,

இனி, நடு, பொது, அணு, முழு, திரு, ஆகிய சொற்களுக்கான எடுத்துக்காட்டுக்கள் கீழே கொடுக்கப்பட்டுளன.

- நோக்க- அவளை நோக்கத் தயக்கமாக இருந்தது.
- ஆர- அவன் வயிறாரச் சாப்பிட்டான்
- இடை- இடைப்பட்ட நாள்களில் ஓய்வு எடு.
- கீழ் – இத்திட்டத்தின்கீழ்ப் பயனடைந்தவர்கள் பலர்.
- மெல்ல - மெல்லப் போ
- உரக்க – உரக்கப் பேசு
- நிரம்ப- நிரம்பக் கொடுத்தார்
- நிறைய- நிறையக் கற்றுக் கொள்
- முன்னர் - எனக்கு முன்னர்ப் பேசியவர்
- பின்னர்- பின்னர்ப் பார்ப்போம்
- சால- சாலச் சிறந்தது
- தட- தடக்கை யானை
- தவ- தவப் பயன்
- குழ- குழக் கயிறு
- ஆய்- மகிழ்ச்சியாய்ப் பேசினர்
- போய்- போய்த் தேடினார்
- அன்றி- செருப்பு அணிந்தோரன்றிப் பிறர் நடக்கக் கூடாது.
- இன்றி- வெளியில் தடையின்றிச் செல்லலாம்
- சுற்றி- அவனைச் சுற்றிப் பெரிய நண்பர் கூட்டம் உண்டு
- வேண்டி- உங்களை வேண்டிச் சித்தப்பா வந்துள்ளார்.
- ஒட்டி- பொங்கல் பண்டிகையையொட்டிப் படங்கள் வந்தன
- என- அங்குப் போகாதே எனச் சொன்னார்.
- மற்று- மற்று + பலவற்றை = மற்றுப் பலவற்றை
- மற்றை- மற்றை + பெரியோர் = மற்றைப் பெரியோர்

- எல்லா– எல்லாப் பாடங்களும் கடினமாக உள்ளன
- அனைத்து- அனைத்துப் பள்ளிகளுக்கும் நாளை விடுமுறை.
- அரை- அரைப் புள்ளி
- பாதி- பாதிப் போர்வை
- தனி- தனிச் சிறப்பு வாய்ந்தது
- இனி – இனித் தொல்லை இல்லை
- நடு- நடுத்தெருவில் இருந்தது.
- பொது- பொதுத்தேர்வு
- அணு- அணுக்குண்டு.
- திரு - திருக்குறள்

நண்பர்களே!

“ஈரத் தமிழ் வழங்கும் நிலம் தென்னகம் ஆதலால் அப்பக்கம் முகப்பக்கம் வைத்தான் திருவரங்கப் பெருமாள்” என்று திருவரங்கப் பெருமாளே தமிழுக்காக தெற்கு திசையைப் பார்த்தவாறு படுத்திருப்பாதாக சொல்லும் திரு.வி.க-வின் பின்வரும் சொற்களோடு இப்பகுதியை இப்போதைக்கு முடிக்கலாம் என்று நினைக்கிறேன்.

> ‘பழந்தமிழ் நாட்டைக் கடல் கொண்டது. அதனாலும் தமிழ் அழியவில்லை. எத்தனையோ புது மக்கள் தமிழ்நாட்டில் குடி புகுந்தார்கள். அதனாலும் தமிழ் அழியவில்லை. தமிழைத் தொலைக்கவும் சிலர் முயன்றனர். அவர்தம் முயற்சியாலும் தமிழ் அழியவில்லை. தமிழ்மொழிக்குப் பின்னர் எத்துணையோ மொழிகள் தோன்றி இறந்தன. ஆனால், தமிழ் மொழியோ சாவா மூவா மருந்தாக உலகில் நிலவுகிறது. இம்மொழியினூடே எத்தணையோ மொழிகள் கலந்தன; கலக்கின்றன. அவற்றின் கலப்பினால் தமிழ் அழிந்ததோ? இல்லை. தமிழின் தொன்மையும் தன்மையும் என்னே! என்னே!’
>
> - திரு.வி.க.வின் சொற்பொழிவுகள், பக்.17-18

உதவி நூல்கள்

- தொல்காப்பியம்
- நன்னூல்
- முத்துவீரியம்
- திராவிட மொழிகளின் ஒப்பிலக்கணம் - கால்டுவெல்
- திராவிட மொழிகள்-1, 2- டாக்டர் ச.அகத்தியலிங்கம்
- திராவிட மொழிகளில் ஒப்பாய்வு டாக்டர் ஜி. ஜான் சாமுவேல்
- தமிழ் மொழியின் வரலாறு-டாக்டர் சு சக்திவேல்
- இலக்கண வரலாறு- சோம இளவரசு
- இலக்கண உலகில் புதிய பார்வை-டாக்டர் பொற்கோ
- உரைநடையா? குறைநடையா?-மா நன்னன்
- தமிழ் இன்று கேள்வியும் பதிலும்- இ.அண்ணாமலை
- இக்காலத் தமிழ் - டாக்டர். முத்துசண்முகம்
- அடிப்படை தமிழில் இலக்கணம் - எம்.ஏ.நுஃமான்
- தமிழ் நடை கையேடு -இந்திய மொழிகள் நிறுவனம் மைசூர்
- நல்ல தமிழ் எழுத வேண்டுமா?- அ.கி.பரந்தாமனார்.
- ஒப்பியல் நோக்கில் உலக மொழிகள்-(தொகுப்பு) - பா.சங்கரேஸ்வரி.
- ஆந்திர சப்த சிந்தாமணி - சி.சாவித்ரி (தமிழில்)
- Tamil A BIOGRAPHY – DAVID SHULMAN
- திரு.வி.க தமிழ்க் கொடை அறிமுகம் - இரா.இளங்குமரனார்.
- திராவிட மானிடவியல் பக்தவச்சல பாரதி
- தொல்காப்பியர் - தமிழண்ணல்
- தமிழ் எழுத்தின் தோற்றமும் வளர்ச்சியும் - தொகுப்பு புலவர் த. கோவேந்தன்

குறிப்புகள்